D1763811

அனலில் வேகும் நகரம்

● அன்பார்ந்த வாசகருக்கு,

வணக்கம்.

காலச்சுவடு நூலை வாங்கியமைக்கு நன்றி.

நூலின் உள்ளடக்கம், உருவாக்கம், அட்டைப்படம் இன்ன பிற அம்சங்கள் பற்றிய உங்கள் கருத்துகளையும் ஆலோசனைகளையும் காலச்சுவடு வரவேற்கிறது. தகவல், எழுத்து, வாக்கியப் பிழைகள் தென்பட்டால் அவசியம் தெரிவித்து உதவுங்கள். நூல் தயாரிப்பில் கடும் குறைபாடு இருப்பின் மாற்றுப் பிரதி உங்களுக்குக் கிடைக்கக் காலச்சுவடு ஏற்பாடு செய்யும்.

மின்னஞ்சல்: publisher@kalachuvadu.com

காலச்சுவடு நாகர்கோவில் அலுவலகத்திற்குக் கடிதம் அனுப்பலாம்.

தங்கள்
எஸ்.ஆர். சுந்தரம் (கண்ணன்)
பதிப்பாளர் — நிர்வாக இயக்குநர்

Unauthorised use of the contents of this published book, whether in e-book or hardcopy format, for any type of Artificial Intelligence (AI) training — including but not limited to Machine Learning, Deep Learning, Natural Language Processing, Computer Vision, Chatbot Training, Image Recognition Systems, Recommendation Engines, and Language Models — is strictly prohibited without prior licensing from the publisher. Any such unauthorised use may result in legal action.

அனலில் வேகும் நகரம்

கிரீஷ் கார்னாட் (1938 – 2019)

ஐம்பதாண்டுகளுக்கும் அதிகமாக நவீன கன்னட நாடக உலகில் ஊக்கத்துடன் இயங்கிவந்த ஆளுமை கிரீஷ் கார்னாட். வரலாறு, தொன்மம், சமூகம் எனப் பல்வேறு பின்னணிகள் சார்ந்து கன்னட மொழியில் பதினைந்துக்கும் மேற்பட்ட நாடகப்பிரதிகளை உருவாக்கியவர். அவை தமிழ், மலையாளம், இந்தி, மராத்தி, வங்காளம் எனப் பல மொழிகளில் மொழிபெயர்க்கப்பட்டிருக்கின்றன. இந்தியாவின் மிக முக்கியமான நாடக இயக்குநர்களான இப்ராஹிம் அல்காசி, பி.வி. காரந்த், பிரசன்னா, அரவிந்த கௌர், விஜய் மேத்தா, சியாமானந்த ஜலன், ஜாபர் மொகிதீன் போன்றவர்களால் கிரீஷ் கார்னாட்டின் நாடகங்கள் மேடையேற்றப்பட்டன.

இந்தியாவின் முக்கியமான இலக்கிய விருதுகளில் ஒன்றான ஞானபீட விருது 1998ஆம் ஆண்டில் கிரீஷ் கார்னாட்டுக்கு வழங்கப்பட்டது. பத்மஸ்ரீ, பத்மபூஷன் விருதுகளையும் பெற்றவர். தனித்துவம் வாய்ந்த தன் திறமையால் மிகச்சிறந்த திரைப்பட இயக்குநராகவும் குணச்சித்திர நடிகராகவும் கிரீஷ் கார்னாட் நாடறிந்த ஆளுமைகளில் ஒருவராக விளங்குகிறார்.

இவர் 10.06.2019 அன்று இயற்கை எய்தினார்.

பாவண்ணன் (பி. 1958)

மொழிபெயர்ப்பாளர்

நவீன தமிழ்ச் சிறுகதைப் படைப்பாளிகள் வரிசையில் முக்கியமானவர். இயற்பெயர் ப. பாஸ்கரன். பதினேழு சிறுகதைத் தொகுதிகளும் மூன்று நாவல்களும் இரு குறுநாவல்களும் மூன்று கவிதைத் தொகுதிகளும் இருபது கட்டுரைத் தொகுதிகளும் ஐந்து குழந்தைப் பாடல் தொகுதிகளும் சிறுவர் கதைத் தொகுதியொன்றும் இவருடைய சொந்தப் படைப்புகள். ஐந்து நாவல்கள், ஒன்பது நாடகங்கள், இரண்டு தலித் சுயசரிதைகள், ஒரு சிறுகதைத் தொகுதி, கன்னட தலித் எழுத்துகளைப் பற்றிய அறிமுக நூல், நவீன கன்னட இலக்கிய முயற்சிகளை அடையாளப்படுத்தும் இரண்டு தொகைநூல்கள் என எண்ணற்ற படைப்புகளைக் கன்னடத்திலிருந்து தமிழுக்கு மொழிபெயர்த்துள்ளார்.

1995இல் வெளிவந்த 'பாய்மரக் கப்பல்' நாவலுக்கு இலக்கியச் சிந்தனைப் பரிசும் 'பயணம்' என்னும் சிறுகதைக்கு 1996இல் கதா விருதும், 'பருவம்' என்னும் கன்னட நாவலை மொழிபெயர்த்தமைக்காக 2005இல் சாகித்திய அகாதெமி விருதும் பெற்றவர். 2018இல் இந்திய—அமெரிக்க வாசகர் வட்டம் வாழ்நாள் சாதனையாளர் விருதளித்துக் கௌரவித்தது.

மனைவி: அமுதா. மகன்: அம்ரிதா மயன் கார்க்கி.

மின்னஞ்சல்: paavannan@hotmail.com

கிரீஷ் கார்னாட்

அனலில் வேகும் நகரம்

கன்னடத்திலிருந்து தமிழில்
பாவண்ணன்

காலச்சுவடு பதிப்பகம்

அனலில் வேகும் நகரம் ❖ நாடகம் ❖ ஆசிரியர்: கிரீஷ் கார்னாட் ❖ கன்னடத்திலிருந்து தமிழில்: பாவண்ணன் ❖ © சரஸ்வதி கணபதி ❖ மொழிபெயர்ப்பு © பாவண்ணன் ❖ முதல் (குறும்) பதிப்பு: ஜூலை 2019, மூன்றாம் பதிப்பு நவம்பர் 2025 ❖ வெளியீடு: காலச்சுவடு பப்ளிகேஷன்ஸ் (பி) லிட்., 669 கே.பி. சாலை, நாகர்கோவில் 629001

analil veekum nakaram ❖ Play ❖ Author: Girish Karnad ❖ © Saraswathy Ganapathy ❖ Translated from Kannada by: Paavannan ❖ Translation © Paavannan ❖ Language: Tamil ❖ First (Short) Edition: July 2019, Third Edition: November 2025 ❖ Size: 14 x 15cm ❖ Paper: 18.6 kg maplitho ❖ Pages: 128

Published by Kalachuvadu Publications Pvt. Ltd., 669 K.P. Road, Nagercoil 629001, India ❖ Phone: 91-4652-278525 ❖ e-mail: publications@kalachuvadu.com ❖ Printed at Compuprint Premier Design House, Chennai 600086

ISBN: 978-93-88631-63-1

11/2025/S.No. 908, kcp 6139, 18.6 (3) 1k

அனலில் வேகும் நகரம்

பாத்திரங்கள்

(அறிமுகமாகும் வரிசையின்படி)

முத்து – இருபத்தேழு வயது, வேலைக்காரி
விமலா – முப்பதைந்து வயது, சமையல்காரி
சின்னசாமி – முப்பது வயது, முத்துவின் அண்ணன்
முத்துவின் தாயார்
அஞ்சனா படபித்ரெ – நாற்பத்தைந்து வயது, இல்லத்தரசி
பாப்ஸ் ஐயர் – நாற்பத்தைந்து வயது, அஞ்சனாவின் தோழி
பிரபாகர் தேலங்க் – முப்பத்தைந்து வயது
குணால் படபித்ரெ – இருபது வயது, அஞ்சனாவின் மகன்
அனுசுயா படபித்ரெ – எழுபது வயது, அஞ்சனாவின் அத்தை
சுந்தரராஜன் – அலுவலகத்தில் பணிபுரிபவன்
பிரிகேடியர் ஐயர் – பாப்ஸின் கணவன்
சுமித்ரா தேலங்க் – பிரபாகரின் மனைவி
போலீஸ் இன்ஸ்பெக்டர்
சரோஜம்மா குணிகல் – பெண்
ஹெட் கான்ஸ்டபிள்
லேடி கான்ஸ்டபிள்
விமலாவின் அண்ணி
ரவி – முத்துவின் கணவன், முப்பத்திரண்டு வயது.
சின்னசாமியின் மனைவி
வரவேற்பாளர்
நண்பர்கள், செக்யூரிடிகாரர்கள், கிராமத்துப் பெண்கள் முதலியோர்.

பாகம்: ஒன்று

காட்சி: ஒன்று

அஞ்சனா படபித்ரெயின் வீடு

(முத்து துணிகளுக்கு இஸ்திரி போட்டுக் கொண்டிருக்கிறாள். வயது ஏறக்குறைய இருபத்தேழு. விமலா வருகிறாள். வயது முப்பத்தைந்து. அவளைத் தொடர்ந்து முத்துவின் அம்மாவும் அண்ணன் சின்னசாமியும் வருகின்றனர். முத்துவின் அம்மா நொண்டி நடக்கிறாள். கையில் ஊன்றுகோலைப் பிடித்திருக்கிறாள்.)

விமலா: முத்து, உன் அம்மாவும் அண்ணனும் வந்திருக்காங்க...

முத்து: ஐயோ, இங்கே ஏன் வந்தாங்க? மேடம்...

விமலா: *(அம்மாவிடம்)* கங்கம்மா, உனக்கே தெரியும். இப்படி வீட்டு ஆளுங்க எல்லோரும் இங்க வருவது, இங்க வந்து அரட்டையடிக்கறது எல்லாம் மேடத்துக்குப் பிடிக்காது. அவுங்க முத்துவுக்கு மொபைல் போன் கொடுத்திருக்காங்க. எதுவா இருந்தாலும்

வெளியேருந்து அதுலயே பேசி முடிச்சிக்கணும்ன்னு கறாரா சொல்லியிருக்காங்க, தெரியுமா?

அம்மா: ஊரிலேருந்து சின்னசாமி வந்தான். இன்னைக்கே திரும்பிப் போயாகணுமாம் ...

விமலா: மொபைலுக்கு ஃபோன் பண்ணியிருந்திங்கன்னா, முத்துவே வெளியே கேரேஜ்கிட்ட வந்திருப்பாள். நீங்க எல்லாரும் அங்கயே நின்னு பேசியிருக்கலாம். இப்படி கூட்டமா உள்ள வந்திருக்கவேண்டிய அவசியமே இல்லை.

(புறப்பட்டுச் செல்கிறாள். முத்து அவள் போன திசையைப் பார்த்துப் பழித்துக் காட்டுகிறாள்.)

சின்னசாமி: யார் அவள்? ரொம்ப திமிரு காட்டறா.

முத்து: விமலா. இங்கதான் சமையல்காரியா இருக்கா. ஏழெட்டு வருஷமா இருக்காளாம். இங்க மேடத்தைவிட இவளுடைய சட்டாம்பிள்ளைத்தனம்தான் அதிகம். என்னமோ தானே வீட்டுக்குச் சொந்தக்காரிங்கறமாதிரி நடந்துக்குவா.

சின்னசாமி: *(வீட்டைச் சுற்றிப்பார்த்து)* பரவாயில்லை, வீடு பெரிசா இருக்குது ...

முத்து: ஆனாலும் அவள் சொன்னதெல்லாம் உண்மை. நீங்க இங்க வந்திருக்கக் கூடாது. மேடத்துக்குப் பிடிக்காது. சாயங்காலமா வீட்டுக்கு வந்த பிறகு பேசியிருக்கலாம். இல்லைன்னா, மொபைல்ல பேசியிருக்கலாம். நானே வெளியே வந்திருப்பேன் ...

சின்னசாமி: சாயங்காலம்வரைக்கும் நான் இங்க இருக்கமாட்டேன். அவசரமா பெங்களூருக்குப் போவணும்ன்னு முதலாளி சொன்னாரு. காலையில எழுந்து கரிமங்கலத்திலேருந்து இன்னோவா எடுத்துக்கொண்டு வந்தோம். அவருடைய மீட்டிங் முடிஞ்சதுமே இன்னைக்கே கரிமங்கலத்துக்குத் திரும்பிப் போவணுமாம். அதுக்குள்ளே உன்னைப் பார்த்துட்டு வந்துடறேன்னு சொன்னேன். ம்ன்னு சொன்னாரு. உடனே, அவரை மீட்டிங் நடக்கிற எடத்துல எறக்கி விட்டுட்டு, வீட்டுக்குப் போய் அம்மாவை அழைத்துக்கொண்டு இங்க வந்தேன் ...

அம்மா: நான் வரமாட்டேன்னுதான் சொன்னேன். கேக்கலை. வந்துதான் தீரணும்ன்னு பிடிவாதம் புடிச்சான் ...

சின்னசாமி: *(கோபத்தோடு)* வீடு எங்கே இருக்குதுன்னு எனக்கு தெரிஞ்சிருந்தா உன்னை ஏன் அழச்சிகிட்டு வரப்போறேன்? உனக்கு தொல்லை கொடுப்பதைத்தவிர வேற ஒன்னுமே வேலை இல்லையா? அவசரமான விஷயம். பேசிட்டு கெளம்பிடறேன்.

முத்து: மொபைல் இல்லையா, அண்ணா?

சின்னசாமி: இருக்குது. ஆனால், எல்லா விஷயங்களையும் மொபைல்ல பேசமுடியாது. வீட்டு விஷயம். ரொம்ப நேரம் இருக்கமாட்டேன், பயப்பட வேணாம். உன் கடிதம் கிடைச்சது. கல்பனா பெரிய பொண்ணாயிட்டாள்னு எழுதியிருந்தே. ஆனால் அவளுக்குண்டான சடங்கு, ஆரத்தி, விருந்து எல்லாத்தயும் பெங்களூரிலேயே செஞ்சிக்கறேன்னு

எழுதிருந்தியே, ஏன்? உன் பொண்ணு பெரியவளானதில எங்களுக்கெல்லாம் சந்தோஷம் இல்லையா என்ன? நம்ம ஆளுங்கன்னு சொல்ல பெங்களூரில யாரு இருக்காங்க? நம்ம சொந்தக்காரங்க, கூட்டுக்காரங்க இருப்பதெல்லாம் கரிமங்கலத்துல. சோளகிரியில. அவுங்க எல்லோருக்கும் இவ்வளவு தூரம் வரமுடியுமா?

முத்து: ஊருலன்னு சொன்னா, எல்லாரையும் அழைக்கணும். கூட்டம் நிறைய சேர்ந்துடும்ன்னு மாமா சொன்னாரு. செலவு. இங்கயே ஒரு சாஸ்திரத்துக்காக பூஜை செஞ்சி முடிச்சிக்கலாம்ன்னு சொன்னாரு.

சின்னசாமி: *(அம்மாவிடம்)* நீயும் அதுக்கு சரின்னு சொல்லிட்டியா?

அம்மா: அவங்களுடைய பொண்ணு விஷயம். நான் சொல்ல என்ன இருக்குது? அதுமட்டுமில்லாம, அவ வீட்டுக்காரன் சொல்றதும் உண்மைதான? எதுக்காக வீண்செலவு?

சின்னசாமி: *(கிண்டலாகச் சிரித்து)* பெங்களூருக்கு வந்தா, இப்படித்தான் ஆகும் இல்லையா? ஊரு, வீடு, சடங்கு, சம்பிரதாயம், சொந்தக்காரங்க, கூட்டுக்காரங்க எதுக்குமே மதிப்பில்லை. அது எல்லாமும் தூசுக்குச் சமமா போயிடும்.

முத்து: எனக்கு எதுவும் தெரியாது. நீயே மாமாகிட்ட பேசு.

சின்னசாமி: மாமா வேலை செய்யற ஃபேக்டரிக்குப் போக இப்ப எனக்கு நேரமில்லை. அது எங்கயோ பழைய ஏர்போர்ட்டுக்கு அந்தப் பக்கத்துல இருக்குது. இப்ப நான் சொல்றத கேளு. என் தங்கச்சி பொண்ணு பெரியவளான சேதி எனக்கும்தானே சந்தோஷமான விஷயம்? வேறு

யாரோ ஒருத்தவங்க வீட்டுல விருந்து வச்சமாதிரி, சும்மா பொண்டாட்டி புள்ளைங்களை அழச்சிகிட்டு இங்க வந்து சாப்ட்டுட்டு ஊருக்குத் திரும்பிப் போகறதுங்கற விஷயம் எனக்கு புடிக்கலை. நானும் நீயும் பொறந்தது, வளர்ந்தது எல்லாமே கரிமங்கலத்துல. நம்முடைய குலதெய்வம் இருப்பதும் அங்கதான். இந்த விசேஷம் அங்கயே நடக்கறதுதான் நல்லது. அதிகமா செலவாயிடும்ன்னு நீங்க நினைப்பதா இருந்தா, எல்லாத்தயும் நானே பார்த்துக்கறேன்.

முத்து: அதையெல்லாம் மாமா பார்த்துக்குவாரு...

சின்னசாமி: செலவ பத்திய விஷயத்தை நானும் மாமாவும் பேசி முடிவெடுத்துக்கறோம். நான் பேசி அவரை ஒத்துக்க வைக்கறேன். கல்பனா பரீட்சை முடியட்டும். அதுக்கப்புறமா வச்சிக்கலாம். நம்ம குடும்பத்துல இருப்பது மூணு பொண்ணுங்க. எனக்கு ரெண்டு. உனக்கு ஒன்னு. உங்க கல்பனாதான் எல்லாரயும்விட பெரிய பொண்ணு. நம்ம சொந்தக்காரங்க, கூட்டுக்காரங்க எல்லாரயும் அழச்சி, எல்லாத்தயும் சரியா செய்யலாம்...

(முத்து அம்மாவின்பக்கம் பார்க்கிறாள்.)

அம்மா: உன் புருஷன் என்ன சொல்றானோ, அப்பிடி செய். நான் சொல்ல என்ன இருக்குது?

(விமலா வருகிறாள். தான் வேலையில் இருப்பதாகக் காட்டிக்கொள்வதற்காக கையில் இரண்டு பாத்திரங்களையும் தோள்மீது துணிகளையும் வைத்திருக்கிறாள்.)

விமலா: இஸ்திரி போட்டாச்சா முத்து?

முத்து: இன்னும் ரெண்டு துணி பாக்கி இருக்குது. இதோ முடிச்சிடறேன்...

விமலா: *(குரலை உயர்த்தாமலேயே, ஆயினும் அதிகாரம் தொனிக்கும் குரலில்)* இன்னும் முடியலையா? யாரையும் வீட்டுக்குள்ள அனுமதிக்காதீங்கன்னு மேடம் சொல்றது அதுக்காகத்தான். சாருடைய அம்மாவும் தார்வாட்லேருந்து வந்திருக்காங்க. அவங்களோடு கூடமாட ஒத்தாசை செய்ய யாராவது வேணும். போ, அரட்டை அடிச்சதெல்லாம் போதும்...

சின்னசாமி: அரட்டையெல்லாம் ஒன்னும் இல்லைம்மா. அவசரமான விஷயம் இருந்தது, அதனால வந்தேன். இனிமேல வரமாட்டேன். வருவதா இருந்தாலும், நான் வந்துகிட்டிருக்கேன்னு ஃபோன்ல சொல்லிட்டு ஆம்புலன்ஸ் வரமாதிரி சைரன் அடிச்சி வார்னிங் கொடுத்துகிட்டே வரேன்.

முத்து: அண்ணா...

சின்னசாமி: இல்லைன்னா, நீங்க யாருமே வீட்டில இல்லைங்கறத உறுதியா தெரிஞ்சிகிட்டு வரேன், போதுமா? வா, அம்மா.

(அம்மாவை அழைத்துக்கொண்டு செல்கிறான். விமலா அவனுக்குக் கேட்கும்வகையில்)

விமலா: ஐயோ, உன் அண்ணனா அவன்? அவனுக்கு புரியறமாதிரி கொஞ்சம் எடுத்துச்சொல்லு... இது பெங்களூரு... உங்க கிராமம் கிடையாது. நாக்கை கொஞ்சம் கட்டுப்படுத்தி பேசறத கத்துக்கோன்னு சொல்லு...

காட்சி: இரண்டு

(வீட்டு முற்றம். அஞ்சனாவும் பாப்ஸ் ஐயரும் இருக்கிறார்கள். பின்னணியில் குணால் கிடார் வாசிக்கும் இசை ஒலிக்கிறது. விமலா கோப்பைகளில் தேநீரை ஊற்றி, தட்டுகளில் பிஸ்கட்டுகளை வைக்கிறாள்.)

அஞ்சனா:... கொஞ்சம்கொஞ்சமா என்னால ஒரு விஷயத்தை புரிஞ்சிக்க முடியுது ... நாம எல்லாரும் வாழ்க்கைக்கு எதிர்ப்பதம் மரணம்ன்னு நெனைச்சிட்டிருக்கோம் ... அது பெரிய தப்பு. வாழ்க்கையை அழிக்கறது மரணம் கிடையாது. வலி. ஒரு கேன்சர் பேஷண்ட் வலியால துடிச்சிட்டிருக்கும்போது, அந்த வலியைத்தவிர வேற எந்த ஞாபகமும் இருப்பதில்லை... அந்த வலிப்பிரக்ஞை உடம்புடைய மூலைக்குமூலை, சின்னச்சின்ன இடைவெளிகளுக்கு நடுவில்கூட அடங்கியிருக்கும். ஆனால் பெய்ன் கில்லர் போட்டதும் வலி குறையுதல்லவா, அந்த நேரத்துல அவுங்களிடம் உண்டாகும் மாற்றத்தை நீ பார்க்கணும். நம்பவே முடியாது... மறுபடியும் வாழ்க்கைமேல ஒரு ஈடுபாடு துளிர்விடும். மறுபடியும் மனிதர்களா மாறிடுவாங்க. தம்முடைய ஆசை— நிராசைகளை அவுங்க மனம் மறுபடியும் தேட ஆரம்பிக்கும். அந்த மாற்றம் ஒரு பெரிய அற்புதம் ...!

பாப்ஸ்: *(விமலாவிடம்)* ஒரே ஒரு ஸ்பூன் ...

விமலா: ஐயோ, எனக்குத் தெரியாதா?

பாப்ஸ்: ஆனால், தன்னை இங்கே அழச்சிகிட்டு வந்திருப்பது சாகறதுக்காகத்தான்னு தெரியும்போது... அதை அப்போது

எப்படி எதிர்கொள்வாங்க அஞ்சனா? அவங்களுக்கு சொல்வாங்களா?

அஞ்சனா: இல்லை, எத்தனையோ குடும்பத்தைச் சேர்ந்தவர்கள் சொல்வதே இல்லை... பொய் சொல்லி அழச்சிட்டு வருவாங்க. வேறொரு ஆஸ்பத்திரிக்கு அழச்சிட்டு போறோம்... வேறொரு டாக்டர்கிட்ட அழச்சிட்டு போறோம்... அப்படி ஏதாவது சொல்வாங்க...

(அழைப்புமணி ஒலிக்கிறது. கூப்பிடுகிறாள்.)

முத்து –

விமலா: நான் பார்க்கிறேன். சாருடைய ஆபீஸ்ல தரையை சுத்தம் செஞ்சிட்டிருக்கா முத்து...

(செல்கிறாள்...)

பாப்ஸ்: ஐயோ பாவம். அப்படின்னா, குணமாயிடும்ன்னு நம்பிக்கை வச்சி அவுங்க கருணாஸ்ரமத்துக்கு வராங்க. அங்க வந்து சேர்ந்தபிறகுதான், இங்கேயிருந்து ஒருநாளும் திரும்பிப் போகமாட்டோம்ன்னு தெரியுமா?

அஞ்சனா: எல்லாரையும் அப்படித்தான்னு சொல்லமுடியாது. நம்மிடம் பொய் சொல்லி அங்க அழச்சிட்டு வந்திருக்காங்க என்கிற விஷயம் தெரிய வரும்போது, அவுங்க எல்லோரும் கோபமா சத்தம் போடுவாங்க, மார்ல அடிச்சிகிட்டு அழுவாங்கன்னு நீ நெனச்சிட்டிருக்கியே, அதுதான் ஆச்சரியமா இருக்குது. அந்தமாதிரியெல்லாம் நடப்பதில்லை. ஒருமுறை உண்மையான விஷயம் என்னன்னு

புரிந்துகொண்ட பிறகு, எத்தனையோ நோயாளிங்க 'எங்க வீட்டு ஜனங்க செஞ்சது சரி, நானாக இருந்தாலும் இப்படித்தான் செஞ்சிருப்பேன்'னு சொல்வாங்க. பொய் சொன்னாலும் பரவாயில்லை, மாற்றத்துக்குத் தகுந்தபடி வாழணும்ங்கற ஏக்கம், வாழ்க்கையின்மீது இருக்கிற பிடிப்பை இவ்வளவு காலம் உறுதியா வைத்துக்கொள்ள உதவி செஞ்சாங்களேன்னு ஒருவிதமான நன்றியுணர்ச்சி பிறக்குதுன்னு சொல்லலாம் . . .

பாப்ஸ்: ஆனால் அஞ்சனா, ஒரு மனிதனிடம் நீ இதோ சாகப்போகிறாய்னு சொல்றது . . .

அஞ்சனா: நோ . . . நோ . . . அப்படியெல்லாம் சொல்லறது கிடையாது . . . 'உன்னை குணப்படுத்த எங்களால முடியாம போயிடுச்சி'ன்னுதான் சொல்வோமே தவிர 'நீ சாகப் போவது நிச்சயம்'ன்னு ஒருநாளும் சொல்லமாட்டோம். இதிலிருந்து தப்பித்து பிழைத்தவர்களும் இருக்காங்க, யாருக்கு தெரியும்?

(விமலா வருகிறாள்.)

விமலா: யாரோ . . . இன்னைக்கு வரச்சொல்லி சார் அப்பாய்ண்ட்மெண்ட் குடுத்திருக்காராம். கார்ட் குடுத்தாரு...

அஞ்சனா: ஐயோ, அவர் ஊரில இல்லைன்னு சொல்லவில்லையா? எதுவா இருந்தாலும் சரி, ஏன் இப்படி வீட்டுக்கெல்லாம் வராங்க? ஆபிஸ்ல போய் கேட்டுக்க சொல்லு . . .

(அந்த கார்டை ஏறெடுத்துக் கூட பார்க்காமல் மேசையின்மீது வைக்கிறாள்.)

விமலா: சொன்னேன். ஆனால் அவரிடம் 'ஆபிஸ்க்கெல்லாம் வராதே, வீட்டுக்கே வா'ன்னு சொல்லியிருக்காராம் . . .

அஞ்சனா: ஐயோ, சிவனே.

விமலா: வந்துட்டாரு . . .

(பிரபாகர் வருகிறான். வயது ஏறத்தாழ முப்பத்தைந்து. சூட், டை அணிந்திருக்கிறான். கொஞ்சம்கூட நாகரிகம் தெரியாதவனாக இருக்கிறானே இவன், வெளியே காத்திருக்காமல் இப்படி உள்ளே நுழைந்துவிட்டானே என உணர்த்தும்வகையில் ஒரு பார்வையை அவன்மீது வீசியபடி உள்ளே செல்கிறாள் விமலா.)

பிரபாகர்: வணக்கம், என் பேரு பிரபாகர் தேலங்க். மிஸ்டர் படபித்ரெ இன்னைக்கு இங்க வரச்சொல்லி இருக்காரு . . .

அஞ்சனா: ஸாரி, அவர் ஊரில் இல்லையே . . .

பிரபாகர்: ஆனா இன்னைக்கு... அவரே வான்னு சொல்லியிருந்தாரு...

அஞ்சனா: ஆமாம் ஆமாம். அவர் நேற்றே கனடாவிலிருந்து வந்திருக்கணும். ஆனால், கடைசி நேரத்துல நேரா பின்லாந்துக்கு போகச் சொல்லி ஆபீஸ்லேருந்து மெசேஜ் வந்ததாம், உடனே அங்கே போயிருக்காரு . . . ஸாரி, பி.ஏ. உங்களுக்கு தெரியப்படுத்தலையா?

பிரபாகர்: இல்லை, அவருடைய பி.ஏ. வழியா இந்த அப்பாய்ன்ட்மென்ட்டை வாங்கலை. வேற யாரோ ஒருத்தர்மூலமா . . .

அஞ்சனா: உக்காருங்க . . . ஒரு கப் டீ குடிக்கறீங்களா?

பிரபாகர்: வேணாம், வேணாம். உங்களுக்கு ஏன் வீண் கஷ்டம்?

அஞ்சனா: *(சத்தமாக குரல்கொடுக்கிறாள்)* விமலா, இன்னொரு கப் டீ கொண்டுவா ...

பிரபாகர்: *(உடம்பை வளைத்து நிமிர்த்தியபடி) A cup of tea would be most welcome.* நான் கே.ஆர்.புரத்திலிருந்து வரேன். இங்கே வர ரெண்டுமணிநேரம் ஆயிடுச்சி, பாருங்க. உண்மையை சொல்லணும்ன்னா, நான் ரொம்ப லேட்டா இங்க வந்திருக்கேன் ... மிஸ்டர் படபித்ரெ கோபப்பட்டாலும் படுவாரு ... ஆனாலும் என்ன செய்யமுடியும்? ட்ராஃபிக்! பிரயாண நேரத்தைவிட நின்ன எடத்துலயே நின்ன நேரம்தான் அதிகம். ரொம்ப கஷ்டமா போயிடுச்சி.

அஞ்சனா: நான் அஞ்சனா. மிஸெஸ் படபித்ரெ. இவர் மிஸெஸ் பாப்ஸ் பிரிகேடியர். எங்க ஃபேமிலி ஃப்ரண்ட். அவர் திரும்பி வர இன்னும் நாலைஞ்சி நாளாவது ஆகும் ...

பிரபாகர்: அப்படியா? ஓஹோ! *(தன்னுடைய ஏமாற்ற உணர்வை மறைக்கக்கூட முயற்சி செய்யாமல்)* அப்படின்னா ... ஒரு பெரிய ப்ராப்ளெம் ...

அஞ்சனா: ஓ! ஏன்? அந்த அளவுக்கு அவசரமான வேலை இருந்ததா, என்ன?

(விமலா இன்னொரு கோப்பை, ஒரு சின்ன டீ பாட், சர்க்கரை எல்லாவற்றையும் கொண்டுவருகிறாள்.)

விமலா: *(பாப்ஸிடம்)* நீங்க இன்னும் டீயை தொடவே இல்லையே? ஆறிப் போயிருக்கும். சூடாக்கி எடுத்துவரேன் ...

பாப்ஸ்: வேணாம், வேணாம்.

விமலா: ஒரு கஷ்டமும் இல்லை. டீன்னு சொன்னா உங்களுக்கு நாக்குல படும்போதே கொதிக்கக்கொதிக்க இருக்கணும்ன்னு எனக்குத் தெரியாதா?

(முதலில் கொண்டுவந்திருந்த இரண்டு கோப்பைகளையும் எடுத்துக்கொண்டு செல்கிறாள்.)

அஞ்சனா: *(பிரபாகரிடம்)* நீங்க டீ எடுத்துக்கங்க...

பிரபாகர்: இருக்கட்டும், எடுத்துக்கறேன். இல்லைன்னா, உங்க டீ வருவதற்குள்ளே என்னுடைய டீ ஆறிப் போயிடும். அப்புறம், இதை சூடாக்கி எடுத்துவருவதற்குள் உங்க டீ ஆறி...

(எல்லாரும் சிரிக்கிறார்கள்.)

அஞ்சனா: உங்களை மிஸ்டர் படபித்ரெ ஏன் வரச் சொல்லியிருந்தார்?

பிரபாகர்: *(வெட்கத்தோடு)* ஒரு ஜாப் விஷயமா...

அஞ்சனா: அப்படியா? வீட்டுக்கு வரச் சொல்லியிருந்தாரா? ஆச்சரியம். அவர் அட்மினிஸ்ட்ரேஷனை விட்டு, ஃபைனான்ஸ் மானேஜ்மெண்ட் பக்கம் மாறிப் போய் ரொம்ப நாளாவுது...

பிரபாகர்: இல்லை இல்லை... ஸாரி, நான் சரியா சொல்லலை. நான் எங்க ஆபீஸ்ல ஒரு நல்ல பொசிஷன்ல இருக்கேன். ஆனா, அது என்ன விஷயம்ன்னா... கொஞ்சம் ரகசியமான விஷயம்...

அனலில் வேகும் நகரம்

அஞ்சனா: அப்படின்னா சொல்லவேணாம் . . .

பிரபாகர்: இல்லை, அப்படியெல்லாம் இல்லை... நீங்க அவருடைய மிஸெஸ்னு சொல்லும்போது, உங்ககிட்ட எதுக்கு ஒளிவுமறைவு? உங்களுக்கு தெரியத்தான் போவுது. இவுங்களும் உங்க ஃபேமிலி ஃப்ரெண்டுனு சொல்லும்போது . . .

அஞ்சனா: மிஸ்டர் பிரபாகர், எங்களுக்குச் சொல்லத் தேவையில்லைன்னா சொல்லவேண்டிய அவசியமில்லை...

பிரபாகர்: *(இன்னும் குழப்பம் தீராத நிலையில்)* நான் அந்த அர்த்தத்துல சொல்லலை. தயவுசெய்ஞ்சி அப்படி நினைச்சிக்கவேணாம். அது என்னன்னா . . . அதாவது . . . நான் எந்த கம்பெனியில வேலை செய்றேனோ, அந்த கம்பெனியில என் மேலதிகாரியா இருப்பவரு எங்க கம்பெனியை விட்டுட்டு மிஸ்டர் படபித்ரெயுடைய கம்பெனியில சேரலாம்ன்னு இருக்காரு. இது முழுக்கமுழுக்க இன்னும் கான்ஃபிடன்ஷியல். அவர் கம்பெனியை விட்டு போவும்போது தன்னோடு இன்னும் நாலைஞ்சி . . . தன்னுடைய நம்பிக்கைக்குரிய . . . தனக்கு வேண்டப்பட்ட ... சீனியர் மேனேஜிரல் ஸ்டாஃப் மெம்பர்ஸ்களையும் அழச்சிகிட்டு போறாரு. அவங்களோடு எனக்கும் ஒரு சான்ஸ் இருக்குது . . .

பாப்ஸ்: ஓ, கங்கிராஜுலேஷன்ஸ் . . .!

பிரபாகர்: மிஸ்டர் படபித்ரெ இதுவரைக்கும் என்னை பார்த்ததில்லை. அதனால, வந்து ஒருதரம் பார்த்துட்டு போன்னு சொன்னாரு. ஆபீஸ்ல எல்லாரும் பார்க்கிறமாதிரி வேணாம்,

வீட்டுக்கு வந்து பாரு, டீ குடிச்சிட்டு போவலாம்ன்னாரு. (புன்னகைத்து) அவரை பார்க்கமுடியலை, ஆனா டீ கிடைச்சிட்டுது ...

(சிரிப்பு. அஞ்சனாவுக்கும் பாப்ஸ்க்கும் விமலா டீ கொண்டுவந்து வைக்கிறாள். இன்னும் என்ன வேண்டும் என்பதுபோல எல்லோரையும் ஏறெடுத்துப் பார்க்கிறாள்.)

பிரபாகர்: *(நாடகப்பாங்கில் தன் கோப்பையின்மீது கைவைத்தபடி)* இன்னும் சூடாவே இருக்குது ...

(சிரிப்பு. விமலா உள்ளே செல்கிறாள். மௌனம். தொடர்ந்து என்ன பேசுவதென்று தெரியாமல் ...)

அஞ்சாறு நாள்னு சொன்னா ... அதுக்குள்ள எல்லா ரகசியங்களும் வெளியாகி விஷயம் முழுக்க பப்ளிக் ஆயிடும். எங்க ஆபீஸ்ல ஒரே கிளர்ச்சிமயமா இருக்கும். படபித்ரெவால் ஏதேனும் நடக்கறதா இருந்தா, இன்னைக்கு நாளைக்குள்ளே நடக்கணும்... எங்க கம்பெனியில அதிகாரியா இருக்கிறவரே இப்படி இன்னொரு கம்பெனிக்கு மாறிப் போறாருங்கற செய்தி கசிஞ்சிட்டுதுன்னா ... *That's the end of my hopes . . .*

அஞ்சனா: ஐயோ பாவம், இந்த அளவுக்கு ஏன் நடந்துபோச்சி உங்களுக்கு?

(மௌனம். அடுத்து என்ன சொல்வதென்று தோன்றாமல்...)

பிரபாகர்: உங்க வீட்டுக்கு முன்னால உள்ள பாதை, என்னமோ போர் நடந்து முடிஞ்ச இடம்மாதிரி இருக்குது ...

அஞ்சனா: நமது சாலைகளில் போக்குவரத்து அதிகமா இருக்குதுன்னு, அண்டர்பாஸ் செய்றோம்ன்னு

சொல்லி, இருக்கிற மரங்கள், செடிகள் எல்லாத்தயும் புடுங்கி போட்டுட்டாங்க. அவ்வளவுதான், வேற எதுவும் நடக்கறமாதிரி தெரியலை.

பாப்ஸ்: இந்த பெங்களூரு மாநகரத்தில வசிக்கக்கூடிய மக்கள் எல்லோருமே கிராமத்திலே பிறந்து வளர்ந்தவங்க. அவுங்களுக்கு செடி – மரம், இயற்கை, சுற்றுச்சூழல் எதுவும் ஒரு முக்கியமான விஷயமே இல்லை. சிமெண்ட் காங்கிரீட், பிளாஸ்டிக், கண்ணாடி பதிக்கப்பட்ட கட்டடங்கள் ... அதாவது அதுதான் அவர்களுக்கு மாடர்னிடி. அதுக்காக ஏக்கப்படறாங்க ...

பிரபாகர்: என்னை மாதிரி. ஆனா பாருங்க, அதுல அவர்களுடைய தப்புன்னு என்ன இருக்குது? ஊர்கள் இருப்பதே மனிதர்கள் வசிப்பதற்குத்தானே? செடி, மரங்களுக்காக கிடையாது. மேடம், நான் வளர்ந்தது காட்டுக்கு நடுவுல. முண்டகோட்டுக்குப் பக்கத்தில இருக்கிற ஒரு கிராமத்தில. என்னைப் பொருத்தவரையில பிளாஸ்டிக், க்ளாஸ் ஃப்ரண்ட் எல்லாமே ரொம்ப புடிக்கும்.

அஞ்சனா: எங்களுடைய இந்த வீட்டை நாங்க கட்டறதுக்கு காரணமே இந்த மரம்தான். நானும் குணாலும் எங்களுடைய வீட்டை எந்த ஏரியாவுல கட்டலாம்ன்னு ப்ளாட்டு தேடிட்டே இருந்தோம். ஏறத்தாழ பதினைந்து வருஷங்களுக்கு முன்னால ...

பாப்ஸ்: அஞ்சனா, இந்தக் காலத்துல ப்ளாட் வாங்கி வீடு கட்டணும்ன்னா எந்த யுகத்துக் கதைனு தோணுது ...

அஞ்சனா: இந்த மரத்தைப் பார்த்த நிமிஷத்திலேயே நாங்க ரெண்டுபேரும் சந்தோஷத்தில குதிச்சோம். 'குணால், இது மழைமரம். இதனுடைய இலைகள் எல்லாம் வெயில் காலத்தில் இப்படி இறகுகளை விரிச்சமாதிரி விரித்திருக்கும் … அதனால மரத்தடியில நிழல் படர்ந்திருக்கும் . . . பௌர்ணமியில ராத்திரி நேரத்துல ரெண்டு பக்கமும் இப்படி மூடிக்கொள்ளும். மரக்கிளைகள் நடுவில் நிலவு வெளிச்சம் அழகாக புகுந்து வரும்'ன்னு சொன்னேன். உடனே, இந்த வீட்டுமனையை வாங்கி இங்கயே வீட்டை கட்டலாம்ன்னு, நின்ன இடத்துலயே முடிவு செஞ்சிட்டோம். இந்த மரத்தின் கிளைகளின்கீழே ராத்திரி டின்னர் பார்ட்டி கொடுப்பதற்கு வசதியாக ஒரு சின்ன தளம் கட்டணும்ன்னு உடனே திட்டம் போட்டோம் …

பிரபாகர்: *(புன்னகைத்தபடி)* இப்படி கனவு கண்ட விஷயத்தை, நனவாக்கிக்கொள்கிற சக்தி இருக்குது உங்களுக்கு. நீங்க அதிர்ஷ்டசாலிகள்.

அஞ்சனா: ஆனால், எங்க தலையெழுத்து, பெங்களூரு மாநகர கார்பரேஷன்காரங்க மூளையில வேறு எதோ ஒரு திட்டம் உருவாய்ட்டுது. எங்க வீட்டுக்கு முன்னால இருந்த அகலமான பாதையை மைசூர் நெடுஞ்சாலைக்காகன்னு ஒதுக்கிட்டாங்க. ரிங்க் ரோடுன்னு பேர்கூட வச்சிட்டாங்க. அதோடு முடிஞ்சதுன்னு நெனைக்கறிங்களா? எந்த அளவுக்கு கடுமையான போக்குவரத்து பெருகியது தெரியுமா? விருந்துக்கான மேல்தளத்தில உட்கார்ந்து பேசினால், பக்கத்துல உட்கார்ந்திருப்பவர் பேச்சுகூட காதில விழறதில்லை. என்ன பார்ட்டி கொடுக்கமுடியும்?

அதுக்குப் பிறகு, போட்ட பாதைகளையெல்லாம் தாண்டி போக்குவரத்து விரிவாகிக்கொண்டே போவுதுன்னு ரோட்டுக்குக் கீழே தோண்டி சுரங்கப்பாதை போடப்போறோம்ன்னு சொன்னாங்க. இப்ப அதுவும் போதாதுன்னு நூறடி சாலையை நூத்தி ஐம்பதடி சாலையா மாத்தப் போறாங்களாம்... என்ன செய்யலாம், சொல்லுங்க? இந்த மரம் போயிடுச்சின்னா, அதே நாளில் நானும் வேறு ஏதாவது ஒரு வீட்டைத் தேடிக்கொண்டு போய்விடுவேன்னு சொல்லிவச்சிட்டேன்.

பாப்ஸ்: எங்க வீட்டுக்காரர் சர்வீஸ்ல இருந்தபோது பெங்களூரிலயே இருந்தாரு. அந்தக் காலத்து கன்டோன்மெண்ட் பங்களாக்கள்பற்றி பேசாத நாளோ, பாராட்டாத நாளோ இல்லை. அதனுடைய போர்டிகோ, தூண்கள், தோட்டம்... இப்ப வந்து பார்த்தால் அந்த பங்களாங்களுக்கெல்லாம் ஒரு மதிப்பும் இல்லை. பொருத்தமா ஒரு நல்ல ப்ளாட்ட தேடி புடிக்கறதுக்குள்ளே போதும்போதும்னாயிட்டுது.

பிரபாகர்: *(சட்டென, வேகமாகச் சிரித்து)* நல்ல ப்ளாட்! நீங்க நான் இருக்கக்கூடிய இடத்தை பார்க்கணும். கர்சிஃப் சைஸ்ல ப்ளாட். வத்திப்பெட்டிமாதிரி அறைகள். ஆனால், இங்கே வான்னு அழச்சவரு யார்ங்கறதுதான் என்னுடைய கேள்வி...

விமலா: *(மீண்டும் வந்து கதவோரமாக நின்று)* மேடம், நீங்க மாத்திரை சாப்பிடற டைம் ஆயிட்டுது. மறக்கவேணாம் மேடம். இங்கயே ப்ளேட்டுக்கு பக்கத்திலயே வச்சிருக்கேன். அம்மாவுக்கு ஏதாவது வேணுமான்னு கேட்டுட்டு வரேன்.

(செல்கிறாள். அஞ்சனாவின் மொபைல் மணியடிக்கிறது. அழைத்தவரின் பெயரைப் பார்த்ததும் அவள் அவசரமாக எழுந்து உள்ளே செல்கிறாள்.)

பாப்ஸ்: *(அடங்கிய குரலில்)* பிரபாகர், நான் உங்களிடம் கொஞ்சம் பேசணும். உங்க வேலையைப் பற்றித்தான். ரொம்ப முக்கியமானது. அப்புறமா பார்க்கறிங்களா?

பிரபாகர்: *(ஆச்சரியத்தோடு)* என் வேலையைப் பற்றியா? சொல்லறதுக்கு என்ன இருக்குது?

பாப்ஸ்: *(மேசையின்மீது விழுந்து கிடக்கும் அவனுடைய விசிட்டிங் கார்டை எடுத்துக்கொண்டபடி)* இங்கே அதைப்பற்றி பேசமுடியாது. வேறு ஏதாவது ஒரு இடத்தில சந்திக்கலாம். எப்ப பார்க்கலாம்ங்கறதபற்றி உங்க மொபைல் போன்ல கூப்பிட்டு சொல்றேன். *(கைக்கடிகாரத்தைப் பார்த்தபடி)* எங்கே என் வீட்டுக்காரர்? ரெண்டு பேருமா லஞ்சுக்கு போயாகணும். கிரண் மஜூம்தார், ஷான் ஷா ஆகியோரோடு ... தெரியுமில்லையா? பயோகான் கம்பெனி மேனேஜிங் டைரக்டர்? எங்களுக்கு ரொம்ப வேண்டப்பட்டவர்.

(ஏறக்குறைய எழுபது வயதுள்ள அனுசுயா அம்மாள் உள்ளேயிருந்து வருகிறாள். அவருக்குத் தேவையான பொருள்கள் நிரப்பப்பட்ட பையை எடுத்துக்கொண்டு, அவரோடு விமலாவும் வருகிறாள். பிரபாகர் எழுந்து நிற்கிறான்.)

விமலா: அம்மா, உங்க பையை காரில வச்சிட்டு வரேன் ...

(வெளியே வருகிறாள்.)

பாப்ஸ்: எப்படி இருக்கிங்க ஆண்ட்டி? பயணம் எப்படி இருந்தது?

அனுசுயா அம்மாள்: என்ன சொல்றது? எனக்கு அப்பர் பெர்த் கொடுத்துட்டாங்க. என் வயசு அந்த டிக்கட்லியே எழுதியிருந்தும்கூட அப்படி கொடுத்துட்டாங்க.

பாப்ஸ்: அதுக்கப்புறம்?

அனுசுயா அம்மாள்: நான் அங்கயே தரையில பெட்ஷீட் விரிச்சி போட்டு படுத்துக்குவேன்னு பயம் காட்டினேன். உடனே அட்ஜஸ்ட் பண்ணி கொடுத்தாங்க...

(சிரிப்பு)

பாப்ஸ்: நிகழ்ச்சி இன்னைக்கா? கோயிலுக்கு கிளம்பிட்டிங்களா?

அனுசுயா அம்மாள்: என்னமோ, வீட்டுக்குள்ளேயே உட்கார்ந்து என்ன செய்யறது? கொஞ்சம் ஊர சுத்தி வரலாம்ன்னு நெனச்சேன். ஷாப்பிங் போய்வரலாம்ன்னு சொன்னா, என்னன்னு வாங்கறது? எல்லாக் கடையிலயும் அதே சாமான்ங்க. *(அஞ்சனாவிடம்)* இவளை வான்னு சொல்றதுல ஒரு பிரயோஜனமும் இல்லை. நாள்முழுக்க கம்ப்யூட்டர் முன்னாலயே உக்கார்ந்திருக்கா ...

பாப்ஸ்: நீங்க அவங்களுடைய கருணாஸ்ரமத்தை பார்த்திருக்கிங்களா ஆண்ட்டி? இந்த முறை நீங்க இங்க இருக்கும்போது கண்டிப்பா பார்க்கணும். எந்த அளவுக்கு அழகா இருக்குதுன்னா ...

அனுசுயா அம்மாள்: இன்னைக்கு பேப்பர்ல என்னமோ வந்திருந்தது. பெங்களூரு ரேஸ் கோர்ஸ் இடத்தை மாற்றி ஊருக்கு வெளியே எங்கயோ ரொம்ப தூரம் தள்ளி இருக்கிற இடத்துக்கு மாத்திட்டாங்களாமே, அப்படியா?

இப்ப பார்க்கலைன்னா, இனிமேல என்னைக்கும் பார்க்கறதுக்கான வாய்ப்பே இருக்காதோ என்னமோ ...

பாப்ஸ்: ரேஸ் கோர்ஸ் இடத்தை மாத்திட்டா, ஊருக்கு நடுவில அருமையான இடம் காலியாகும். கோடிக்கணக்கான ரூபாய் மதிப்புள்ள சொத்து. அதன்மீது முதலமைச்சரே ஒரு கண் வச்சிருக்கிறாராம்.

அனுசுயா அம்மாள்: அது ஊருக்குள்ள இருக்கும்போதே, ரேஸ்னு சொன்னா என்னன்னு ஒரு தரம் போய்ப் பார்த்துட்டு வந்துடறேன் ...

(அஞ்சனா வருகிறாள். பொறுமையிழந்த தோற்றத்தோடு காணப்படுகிறாள்.)

அஞ்சனா: வேறு ஏதேனும் விஷயமிருக்கிதா, மிஸ்டர் தேலங்க்?

பிரபாகர்: இல்லை இல்லை மேடம். உங்களுக்கு தேங்க்ஸ் சொல்லிட்டு கௌம்பலான்னு இருந்தேன் ...

அஞ்சனா: நீங்க வந்திருக்கிங்கன்னு மிஸ்டர் படபித்ரெக்கு தெரியப்படுத்தறேன் ...

பிரபாகர்: சரி, வணக்கம்.

(பாப்ஸ் அவன் பக்கமாகப் பொருள்பொதிந்த பார்வையுடன் பார்க்கிறாள். பிரபாகர் புறப்பட்டுச் செல்கிறான்.)

அனுசுயா அம்மாள்: *(குணாலின் பக்கமாகத் திரும்பி)* என் கூட யார் வராங்க, குனு? உன்னை கையால புடிக்கவே முடியாது ...

குணால்: பாட்டி, ஒரு கவலையும் படவேணாம். ஆபீஸ்ல இருக்கிறவங்ககிட்ட பேசி, உன் கூடவே இருக்கறதுக்கு ஒருத்தரை ஏற்பாடு செஞ்சிருக்கேன். சுந்தரராஜன்னு பேரு. பெங்களூருக்கு புதுசா வருகிறவர்களுக்கு ஊரை சுத்திக் காட்டறதுதான் அவர் வேலை. *(அஞ்சனாவின் பக்கம் பார்த்துச் சிரித்தபடி)* நான் என்னுடைய பிசிக்ஸ் பிராக்டிகலுக்கு போகணும்.

அஞ்சனா: *(வெகுண்டெழுந்து)* போதும் குணால். உன் புத்திசாலித்தனத்தை ரொம்ப காட்டிக்கவேணாம்...

அனுசுயா அம்மாள்: சரி. *(அஞ்சனாவிடம்)* நான் சீக்கிரமா திரும்பிவந்துடுவேன்...

அஞ்சனா: எங்க வேணும்னாலும் போயிட்டு வாங்க. ஒரு அவசரமும் இல்லை.

குணால்: மம்மி, ராத்திரியில ரொம்ப நேரமாய்ட்டுதுன்னா, நான் வீட்டுக்கு வரமாட்டேன். அங்கயே நந்திதா வீட்டுல படுத்துக்குவேன்...

அனுசுயா அம்மாள்: நந்திதா? அது யாரு?

குணால்: எங்க குரூப்புல பாடறவள். என்ன ஒரு அற்புதமான குரல் தெரியுமா பாட்டி. நீ ஒருதரம் கேக்கணும்...

(அனுசுயா அம்மாள் அதிர்ச்சியோடு அஞ்சனாவின் பக்கம் பார்க்கிறாள். குணாலின் இரவுநிகழ்ச்சியை ஒட்டி, அவள் எவ்விதமான உணர்வையும் வெளிக்காட்டவில்லை. ஆனால், குணால் சொன்னதைக் கேட்டு, அனுசுயா அம்மாள் கலவரமுற்றதை பாப்ஸ் கவனிக்கத் தவறவில்லை.)

அஞ்சனா: இனிமேல், நாளைக்கு காலையிலதான் உன்னை பார்க்கமுடியும்ன்னு சொன்னா, ஒரு அஞ்சு நிமிஷம் இரு. ஒரு விஷயம் சொல்லணும். பப்பா ஃபோன் பண்ணினாரு.

(ஏதோ கடுமையான வேதனையில் மூழ்கியவனைப்போல ஆட்பட்டவனைப்போல, நாடகப்பாங்கில் முணுமுணுக்கிறான் குணால். சூழலில் ஒரு மாற்றம் உருவாவதை உணர்கிறாள் அனுசுயா அம்மாள்.)

அனுசுயா அம்மாள்: அப்படின்னா, நான் கிளம்பறேன்.

(புறப்பட்டுச் செல்கிறாள்.)

குணால்: எனக்கு லேட்டாகுது மம்மி. அங்க எல்லாரும் கடைசி கட்ட ஒத்திகைக்காக எதிர்பார்த்திட்டிருப்பாங்க...

பாப்ஸ்: நான் கிளம்பறதுதான் நல்லது. அவரு எங்கே போனாரோ? அவருடைய மொபைல் பிசியாகவே இருக்குது...

(அஞ்சனா சம்மதிப்பதைப்போல தலையசைக்கிறாள்.)

முத்து: *(உள்ளேயிருந்து அலறியபடி ஓடிவந்து அஞ்சனாவிடம்)* பாட்டி காப்பி பிளாஸ்கை மறந்துட்டு போயிட்டாங்க...

அஞ்சனா: அதை ஏன் என்னிடம் சொல்றே? பாட்டி மறந்துட்டு போயிட்டாங்கன்னா, ஓடு. அந்த கார் கிளம்பிப் போவதற்குள்ளே போய் பார்த்து கொடுத்துட்டு வா...

(முத்து வெளியே ஓடுகிறாள்.)

பாப்ஸ்: *(சிரித்தபடி)* எல்லாத்தயும் சொல்லிக் கொடுக்கணுமா. என்ன?

அனலில் வேகும் நகரம்

அஞ்சனா: நல்ல பொண்ணுதான், ஆனால், கொஞ்சம் பொறுமையா செய்வா...

பாப்ஸ்: கருணாஸ்ரமத்தை போய் பாருங்கன்னு சொன்னது ஆண்ட்டிக்கு புடிக்கலைன்னு நெனைக்கறேன்...

அஞ்சனா: *(சிரித்தபடியே)* அப்படியெல்லாம் ஒன்னுமில்லை...

(குணாலின் பக்கம் திரும்பி பை என்று கையசைத்தபடி புறப்பட்டுச் செல்கிறாள் பாப்ஸ்.)

குணால்: சரி மம்மி, பப்பா ஃபோன் பண்ணினாரு. அப்புறம்?

அஞ்சனா: அவர் உன்னுடைய கிரிடெட் கார்ட் ஸ்டேட்மென்ட்டை பார்த்தாராம். நீ ஒரு புது கிடார்... ரொம்ப காஸ்ட்லியான கிடார்... வாங்கியிருக்கியாமே...

குணால்: காஸ்ட்லி இல்லை. கொஞ்சம் நல்ல க்வாலிட்டி கிடார், அவ்வளவுதான். எனக்குத் தேவையா இருந்தது. தொப்ரோ கிடாரையே வாங்கியிருப்பேன். தேவையில்லாம பிரச்சினையாகும்னுதான் வேணாம்ன்னு வந்துட்டேன்...

அஞ்சனா: கிடார் வாசிச்சி எதிர்காலத்துல எதை சாதிக்கப்போறே நீ? எதிர்காலத்தைப் பற்றி என்னைக்காவது கொஞ்சமாச்சிம் யோசனை செஞ்சிருக்கியா?

குணால்: மம்மி, ப்ளீஸ், இப்ப அதெல்லாம் வேணாம்... அதைப்பற்றி, நீங்க சொல்ற ஒவ்வொரு விஷயமும் எனக்கு தெரியும். எனக்கு ஒரு நல்ல கிடார் தேவையா இருந்தது. இப்ப! நல்ல கிடாரிஸ்ட்னு பேர் வாங்கணும்ங்கற தவிப்புல இருக்கிற சமயத்துல! முப்பத்தஞ்சி வயசில இல்லை.

கிரீஷ் கார்னாட்

அஞ்சனா: நீயும் உங்க அப்பாவும் எப்பவாவது ஒரு இடத்துல உட்கார்ந்து, இந்த பிரச்சினையை ஏன் பேசி தீர்த்துக்கக் கூடாது? ஏன் என் உயிரை எடுக்கறிங்க?

குணால்: மம்மி, வெறுமனே இந்தக் காரணத்துக்காக பப்பா ஃபோன் பண்ணினாரா என்ன? நான் ஒரு சக்ஸஸ்ஃபுல் கிடாரிஸ்ட்டா ஆகணும்ங்கற கனவு எனக்குள்ளே இருக்குதுன்னு பப்பாகிட்ட எப்பவோ சொல்லியிருக்கேன். அது நடக்கிறவரைக்கும் நீங்க என்னை கவனிச்சிக்கிறதை தவிர வேறு வழியில்லைன்னும் சொல்லியிருக்கேன் ...

அஞ்சனா: நீ உன் பரீட்சையில பாஸானா போதும்ன்னு நினைக்கிறாரு அவரு. அது நடந்தா போதும், நிம்மதியா மூச்சு விடுவாரு.

குணால்: *(குழப்பத்துடன்)* மம்மி, எதுக்காக பப்பா ஃபோன் பண்ணினாருன்னு நீ ஒரு தரமாவது சொல்றியா?

அஞ்சனா: யாரோ ஒரு முகர்ஜி அவருக்கு எழுதியிருக்கிறாராம்... உன் குரூப்ல டிரம் வாசிக்கிற யாரோ ஒரு பையன் ... அவன் *gay* யாம் ...

குணால்: *Oh God!* அதுக்கு நான் என்ன செய்யணுமாம்? அவன் *gay* யா இருக்கட்டும், டிரான்ஸ்செக்சுவலாவாவது இருக்கட்டும். *He plays like a God!*

அஞ்சனா: உங்க பாட்டுக் கச்சேரி நடக்குதில்லையா ... அந்த க்ளப்போ, பியாடோ ... என்ன அது ... அங்கே *rave parties* நடக்குதாம். ட்ரக்ஸ் பயன்படுத்தறாங்களாம். போலீஸ் ரெய்ட்ஸ் நடக்குதாம்... அவருக்கு மட்டுமில்லை, எனக்கும்கூட ராத்திரியெல்லாம் தூக்கமே வருவதில்லை ...

குணால்: நான் கிளம்புறேன் ...

(கிளம்பத் தயாராகிறான்)

அஞ்சனா: உங்க ரெண்டுபேருக்கு நடுவுல நடக்கிற போராட்டத்தால, எனக்கு போதும் போதும்னாவுது. அவரு பெங்களூருக்கு வெளியே எங்க எங்கயோ சுத்தி அலஞ்சிட்டே இருக்காரு. என்னமோ நல்ல காலம், எனக்கு இன்னும் பைத்தியம் புடிக்காம இருக்குது, அவ்வளவுதான்.

குணால்: டோன்ட் ஒரி. நானும் விலகி இருப்பதற்கு முயற்சி செய்றேன் ...

(கிளம்பிச் செல்கிறான். அஞ்சனாவின் மொபைல் மணி அடிக்கிறது. எடுக்கிறாள்.)

அஞ்சனா: ஒருவழியா, ஆம்புலன்ஸ் சரியான சமயத்துக்கு போய் சேர்ந்துட்டுது அல்லவா? சரி, இதோ இப்பவே நான் கிளம்பறேன்.

காட்சி: மூன்று

(அதே தினம். சிறிது நேரத்துக்குப் பிறகு. அனுசுயா அம்மாளும் சுந்தரராஜனும் குதிரைப்பந்தய மைதானத்தைப் பார்க்கிறார்கள். பார்வையாளர்களின் ஆரவாரம் ஒலியமைப்பில் பெருகி வருகிறது. பந்தய நேர்முக வர்ணனை முடிவடைகிறது. அனுசுயா அம்மாள் கடுமையாகச் சத்தம் போடுகிறாள்.)

அனுசுயா அம்மாள்: ஐயோ ஐயோ, 'எட்டாம் நெம்பரும்' இல்லை, 'அஞ்சாம் நெம்பரும்' இல்லை. ப்ளேஸ் கூட

வரலை. சுந்தரராஜன், 'நாலாம் நெம்பர்'மேல பெட் கட்டலான்னு நான் சொன்னேன். நீங்கதான் தடுத்தீங்க. ஐயோ, அருமையான அதிர்ஷ்டம் கைநழுவி போயிடுச்சி...

சுந்தரராஜன்: நான் கைநழுவ வைக்கலைம்மா, நான்...

அனுசுயா அம்மாள்: என்ன கைநழுவ வைக்கலை? 'நாலாம் நெம்பர்' மேல பெட் கட்டுங்கன்னு நான் சொல்லலையா? நாலாம் நெம்பர்? ஆயிரக்கணக்குல வந்திருக்கணும். நீங்க குறுக்கில புகுந்து... ஐயோ!, 'நாலாம் நெம்பர்' வாங்குங்கன்னு நான் சொன்னேனா, இல்லையா?

சுந்தரராஜன்: ஆமாம்மா, நீங்க சொன்னிங்கங்கறது உண்மைதான். ஆனால், கேஷ் தீர்ந்துபோச்சிம்மா. உங்ககிட்ட கிரிடிட் கார்டும் இல்லை. வெறும் கையை வச்சிகிட்டு நான் எப்படி பெட் கட்டறது?

அனுசுயா அம்மாள்: இப்ப மறுபடியும் எதையாவது பேசாதிங்க... இப்ப அடுத்த பந்தயத்துல எதெது இருக்குது... நான் அப்பவே அடையாளம் குறிச்சி வைச்சிருக்கேன்...

(ரேஸ் நோட்டுப்புத்தகத்தைப் படிக்கத் தொடங்குகிறாள்.)

சுந்தரராஜன்: அம்மா, நான் சொல்றதை கேளுங்க, எங்கிட்ட பணம் இல்லை. நீங்க கொடுத்ததெல்லாம் தீர்ந்துபோச்சி...

அனுசுயா அம்மாள்: தீர்ந்துபோச்சா? ஏன் அப்படி ஆச்சி சுந்தரராஜன்? தேவைப்படும் அளவுக்கு பணம் ஏன் எடுத்துவரலை?

சுந்தரராஜன்: அம்மா, உங்களுக்கு ஊர சுத்தி காட்டிட்டு வரும்போது, அப்பிடியே ரேஸ் கோர்ஸயும் காண்பிச்சிட்டு அழச்சிவான்னுதான் மேடம் சொன்னாங்க. நீங்க ரேஸ் ஆடுவிங்கன்னு எனக்கு எப்படித் தெரியும்?

அனுசுயா அம்மாள்: எனக்கும்தான் எப்படி தெரியும்? இது இது இப்படின்னு ...

சுந்தரராஜன்: இங்க வந்ததிலேருந்து ஒவ்வொரு ரேஸ்லயும் நீங்க பெட் கட்டிட்டே இருக்கிங்க ...

அனுசுயா அம்மாள்: அப்புறம் ஜெயிக்கலையா என்ன? முதல் ரேஸ்லயே வின். அடுத்த ரெண்டு ரேஸ்ல ப்ளேஸ். அப்புறம் அஞ்சாவது ரேஸ்ல நான் ...

சுந்தரராஜன்: ஆமாம்மா, ஆனால் ஜெயிச்சு வந்த பணத்தையெல்லாம் அப்புறம் மறுபடியும் பெட் கட்டிட்டிங்க. கொஞ்சம் குறைவான தொகைக்கு பெட் கட்டலாம்ன்னு சொன்னா அதையும் கேக்கலை ...

அனுசுயா அம்மாள்: ஐயோ, இந்த மாதிரி எப்படி ஆச்சி? சீக்கிரமா எங்கயாவது போய் வாங்கிட்டு வரீங்களா?

சுந்தரராஜன்: இங்க கடன் கொடுக்கிறவங்க யாரும் இல்லைம்மா. இது ரேஸ் கோர்ஸ். எல்லோருமே ஊதாரிபோல செலவு செய்ய வந்தவங்கதான்.

அனுசுயா அம்மாள்: ஊதாரித்தனம்? அறிவிருந்தா ஊதாரித்தனம்ன்னு எதுவும் கிடையாது. இங்க பாருங்க, அங்கே ராமய்யா செட்டி கடையில போய் கேட்கறிங்களா? ரொம்ப நல்ல மனுஷன்.

சுந்தரராஜன்: அப்படின்னா, காம்பவுண்டுக்கு வெளியே போவணும்ம்... போனா, அடுத்த ரேஸ் பார்க்கமுடியாது. அதனாலதான் வீட்டுக்கு போவலாம்ன்னு சொன்னேன் . . .

அனுசுயா அம்மாள்: ஐயையோ! இன்னைய தினத்துக்கு இதுதான் கடைசி ரேஸ்.

சுந்தரராஜன்: அதுக்குத்தான் சொல்றேன், ரேஸ பார்த்துட்டு வீட்டுக்கு போவலாம் . . .

அனுசுயா அம்மாள்: ஆனால், இந்த ரேஸ்லதானே சில்வர் கேஸ்கேட்... கடவுளே, ஹரிஹரி. *(கூடியிருந்த மக்கள் கூட்டத்தில் உற்றுப் பார்த்து, சட்டென உற்சாகம் கொண்டவளாக)*

சுந்தரராஜன், அது யாரு? அவரு... அவரு... இப்படி விறைப்பா நடந்துபோறாரே . . . எங்கயோ பார்த்தமாதிரி இருக்குது . . .

சுந்தரராஜன்: அவர் பிரிகேடியர் ஐயர். பாப்ஸ் அம்மா வீட்டுக்காரர்.

அனுசுயா அம்மாள்: அப்படியா? அவரை கொஞ்சம் கூப்பிடறிங்களா? சீக்கிரமா, நான் கூப்பிடறேன்னு சொல்லுங்க.

(சுந்தரராஜன் ஓடிச் சென்று பிரிகேடியர் ஐயரை அழைத்துவருகிறான். அறிமுகப்படுத்தி வைக்கிறான்.)

சுந்தரராஜன்: இவர் எங்க பாஸ், மிஸ்டர் படபித்ரெயுடைய அம்மா. உங்களை . . .

பிரிகேடியர்: ஓ, தெரியுமே. வணக்கம். இதுக்கு முன்னால ரெண்டு மூணுதரம் அஞ்சனா வீட்டுல பார்த்து பேசியிருக்கேன். சந்தோஷம். இங்க என்ன, தனியா வந்திருக்கிங்களா?

அனுசுயா அம்மாள்: இதோ சுந்தரராஜனோடுதான் வந்திருக்கேன். வேற யார் வேணும்? பிரிகேடியர், உங்களிடமிருந்து ஒரு உதவி தேவைப்படுது.

பிரிகேடியர்: ஓ, கண்டிப்பா செய்யறேன், சொல்லுங்க, சொல்லுங்க.

அனுசுயா அம்மாள்: கொஞ்சம் பணம் கடனா கொடுக்க முடியுமா? *A small loan ... temporarily ...*

பிரிகேடியர்: *(தடுமாற்றத்தோடு)* ஓ லோன்? *How much?* அதிக அளவில நான் பணத்தை கையில வச்சிக்கறதில்லை ... *Let me see ...*

அனுசுயா அம்மாள்: அதிகமா வேணாம், ஒரு பத்தாயிரம்

(பிரிகேடியர் பையிலிருந்து பர்ஸை எடுத்து தேடுகிறார்.)

அவ்வளவு இல்லைன்னா, ஒரு அஞ்சாயிரம் இருந்தாலும் போதும். அடுத்த ரேஸ்க்கு நல்ல டிப்ஸ் கிடைச்சிருக்குது. அந்தக் குதிரை ஜெயிப்பது உறுதி. ஜெயிச்சதுமே உங்க கடனை உடனடியா தீர்த்துடுவேன் ...

பிரிகேடியர்: *Certainly ... Certainly ...* நான் ரேஸ் ஆடறதுக்காக வரலை. டர்ஃப் க்ளப் சேர்மேன் இருக்காரே, டாக்டர் ஸ்ரீனிவாஸ் கௌடரைச் சந்திக்க வேண்டியிருந்தது. அதனால வந்தேன் ... வாலெட்ல எவ்வளவு இருக்குதோ, தெரியலை. ஓ! ஸாரி! வெறும் நாலாயிரம்தான் இருக்குது ...

அனுசுயா அம்மாள்: அவ்வளவு இருந்தாலும் போதும். தேங்க்ஸ். இந்த ரேஸ் முடிஞ்சதுமே திருப்பிக் கொடுத்துடுவேன் ...

பிரிகேடியர்: அது ஒன்னும் அவசரமில்லை. அஞ்சனாவிடமிருந்தோ, அல்லது படபித்ரெவிடமிருந்தோ கேட்டு வாங்கிக்குவேன். *You please don't worry ...*

அனுசுயா அம்மாள்: பிரிகேடியர், அதைப்பற்றித்தான் சொல்லணும்ன்னு நெனைச்சேன். ப்ளீஸ், ப்ளீஸ், என் மருமகளிடமோ அல்லது மகனிடமோ இந்த விஷயத்தைப் பற்றிய பேச்சை எடுக்கவேணாம். *Please don't mention anything to my son or my daughter in law*... அதான் சொல்றனே, இப்பவே அடைச்சிடுவேன். ஸாரி, ரேஸ் ஆரம்பிக்கிற டைமாய்டுச்சி...

(அந்தப் பணத்தை சுந்தரராஜனிடம் கொடுத்து)

சுந்தர், ஓடுங்க. சில்வர் கேஸ்கெட் மேல மூவாயிரம் கட்டுங்க... வின்னுக்கு ஒரு ஆயிரம் ... ப்ளேஸ்க்கு ... சீக்கிரமா ... *(பிரிகேடியர் அதிர்ச்சியோடு பார்த்தபடி புறப்பட்டுச் செல்கிறார்)*

காட்சி: நான்கு

Café Coffee day

(பிரபாகர் தனிமையில் உட்கார்ந்திருக்கிறான். சிறிதுநேரம் ஒரு புத்தகத்தைப் படிக்கிறான். அதற்குப் பிறகு, சற்றே தொலைவில் பாப்ஸ் வருவதைப் பார்த்ததுமே, புத்தகத்தை அவசரமாக கைப்பைக்குள் வைத்துத் திணித்துவிட்டு, வேறு எதோ ஒரு விஷயத்தையொட்டித் தெருவையே பார்ப்பதுபோல தலையின் பின்னால் கையைக் கட்டிக்கொண்டு உட்கார்ந்திருக்கிறான். சர்வர் வந்து அருந்துவதற்கு ஏதேனும் வேண்டுமா என்று கேட்டபோது 'அப்புறமா' என்பதுபோல சைகை செய்துவிட்டு, அவனை வேறுபக்கம் அனுப்பிவைக்கிறான்.

பாப்ஸ் வருகிறாள்.)

பாப்ஸ்: குட் மார்னிங். ஸாரி, லேட்டாயிட்டுது ...

பிரபாகர்: லேட் ஒன்னுமில்லை. ப்ளஷர். நீங்க பதினொன்னுன்னு சொன்னிங்க. பத்து நிமிஷ தாமதத்தால ஒரு பிரச்சினையும் இல்லை. பெங்களூருடைய அகண்ட பாதையைப் பார்த்துட்டே உட்கார்ந்திருப்பது எனக்கு ரொம்ப பிடிக்கும் ... இப்படியே மணிக்கணக்குல உட்கார்ந்திருக்க முடியும் ...

பாப்ஸ்: அப்படியா? இந்த நிரந்தர டிராபிக்பற்றி மற்றவங்க எல்லோருமே எப்பவுமே குறை சொல்லிட்டே இருப்பாங்க.

பிரபாகர்: நான் சின்னவனா இருந்த சமயத்துல ஒரு தரம் கோகர்ணத்துக்கு போயிருந்தேன். முண்டுகோடு பையன். ஐம்பது மைல் தூரத்துல கடல் இருந்தாலும் அதுவரைக்கும் கடலையே பார்த்ததில்லை. ஒரு அலைமீது இன்னொரு அலை மோதிக்கொண்டு ஆர்ப்பாட்டத்தோடு வருவதைப் பார்த்து மெய்மறந்து உட்கார்ந்துட்டேன். மயக்கம் வந்ததுபோல ஆயிடுச்சி. ஒருமாதிரி சுயநினைவே இல்லாத நிலை. ஒரே அடியா அடிச்சி ஆளைப் புடிச்சி கட்டிபோட்டுட்ட மாதிரி இருந்தது. அடிவானம் வரைக்கும் அலைகள் ... எந்தப் பக்கம் திரும்பினாலும் அது ஒன்னுதான். இங்கே, பெங்களூருலயும் அப்படித்தான். இந்த டிராபிக் ஜாம் ... இது ஒரு *everlasting* நடமாட்டம். அலை அலை அலை அலை. *Waves after waves after waves . . .* நிரந்தரமா ஓடிக்கொண்டே இருக்கும் ஆட்டோ, ஸ்கூட்டர், பஸ், டூவீலர்ஸ், வாகனங்களின் சமுத்திரம் ... அதைத் தாண்டி, அந்த நீலக் கண்ணாடிபோட்ட உயரமான கட்டடங்கள்.

பாப்ஸ்: அன்னைக்கு அஞ்சனா வீட்டுல நீங்க பயந்துபோன எலிபோல இருந்திங்க. இன்னைக்கு இவ்வளவு கலகலப்பா பேசறிங்க!

பிரபாகர்: முண்டுகோடுல வளர்ந்தவங்களுக்கு இந்த பெங்களூரு பங்களாக்களுக்குள்ளே பேச்சே வராது. உடம்பு தானா சுருங்கிப் போக ஆரம்பமாய்டும். அப்படிப்பட்ட சந்தர்ப்பத்தில, 'நான் ஒரு அப்பாவி. எனக்கு ஒன்னும் தெரியாது' ன்னு பவ்வியமா சொல்லி நிக்கிற கோலம் ரொம்ப வசதியா இருக்கும். அவமானமாய்டும்ங்கற பயம் கிடையாது...

பாப்ஸ்: நீங்க பேசறதைக் கேட்டா ... கவிதை – கிவிதை எழுதுவீங்களா?

பிரபாகர்: எழுதினேன், எழுதுகிறேன். எழுதலாம். ஆனால், நிரந்தரமா இருக்க தரைமேல ஒரு பாய், தலைமேல ஒரு கூரை, அது எதுவும் உறுதியா கிடைக்கலை.

பாப்ஸ்: சரி, அன்னைக்கு நாம சரியா அறிமுகப்படுத்திக்க முடியாம போயிட்டுது. அதனால, இப்ப சொல்லிடறேன். என் பேர் ராஜலட்சுமி ஐயர். ஆனால், சின்ன வயசிலேருந்து எல்லோருமே பாப்ஸ் பாப்ஸ்னே கூப்பிடுகிற பழக்கம். எங்க வீட்டுக்காரர் பிரிகேடியர் ஐயர். அஞ்சனா வீட்டுக்குப் பக்கத்தில இருக்கிற ஒரு பெண்கள் பள்ளிக்கூடத்தில பிள்ளைகளுக்கு நான் ஸ்போக்கன் இங்கிலீஷ் சொல்லிக் கொடுக்கறேன். வகுப்புகள் இல்லாத சமயத்தில அஞ்சனா வீட்டில உட்கார்ந்திருப்பேன். பயங்கரமான அந்த ஸ்கூல் ஸ்டாஃப் ரூமுக்குள்ளே உட்கார்ந்திருப்பது கஷ்டம்...

பிரபாகர்: உங்களுக்கும் அவருக்கும் இடையில் நல்ல நட்பு இருப்பதுபோல தெரிந்தது ...

பாப்ஸ்: ஆமாம், ரொம்ப நல்லவள் ... தன்னை முழுக்கமுழுக்க அந்த கருணாஸ்ரமத்துக்காகவே சமர்ப்பணம் செய்துட்டா.

பிரபாகர்: அன்னைக்கு கூட அதைப்பற்றித்தான் ஏதோ பேசிட்டிருந்திங்க. அது என்ன கருணாஸ்ரமம்?

பாப்ஸ்: மருந்துமாத்திரை கட்டங்களையெல்லாம் தாண்டி, வாழுகிற ஆசையே இல்லாமல் புற்றுநோயால் பாதிக்கப்பட்டு, நாட்களை எண்ணிக்கொண்டிருக்கிற நோயாளிகளைப் பார்த்துக்கொள்கிற ஒரு அமைப்பு. வீட்டிலே இருப்பவர்களால் அப்படிப்பட்டவர்களைக் கவனித்துக்கொள்ள முடியாமல் போகிற சமயத்தில், அவர்களே கவனிச்சிக்குவாங்க ...

பிரபாகர்: தனக்கு நெருக்கமான மனிதர்கள், மரணத்தின் விளிம்பில இருக்கும்போது, வீட்டிலே இருப்பவங்களுக்கு அவர்களைப் பார்த்துக்கொள்வது சாத்தியமில்லாமல் போய்விடுமா? கிராமத்தில உள்ள கூட்டுக்குடும்பங்கள் அந்தப் பொறுப்பை ஏற்று சமாளிச்சிடுவாங்க ...

பாப்ஸ்: அப்படியா? *(கேலியாக)* எப்படி சமாளிக்கிறாங்கன்னு பார்த்திருக்கிங்களா?

பிரபாகர்: *(தொடர்ந்து என்ன சொல்வது என்று புரியாமல்)* அது உண்மைதான்!

பாப்ஸ்: ஒரு வேலையும் இல்லாமல் வீட்டிலேயே உட்கார்ந்திருந்தா? நான்தான் அவளை கருணாஸ்ரமத்துக்கு அழைத்துச்

சென்று கிஷோர் ராவை அறிமுகப்படுத்தி வச்சேன். அவர் கருணாஸ்ரமத்தை கட்டியெழுப்பினவர். அஞ்சனா அங்கயே ஒட்டிகிட்டா. என்ன புத்தகம் படிச்சிட்டிருக்கிங்க?

(அகப்பட்டுக் கொண்ட திருடனைப்போல, பிரபாகர் வெட்கப்படுகிறான்.)

பிரபாகர்: ஒன்னுமில்லை... சும்மா...

பாப்ஸ்: ஏன்? இதுல ரகசியம் என்ன இருக்குது?

பிரபாகர்: இன்னும் படிக்க ஆரம்பிக்கலை. முந்தாநாள்தான் வாங்கினேன்.

பாப்ஸ்: *(சிரித்தபடி)* புத்தகத்தின் பெயர் என்ன என்றாவது தெரிஞ்சிக்கலாமா?

பிரபாகர்: *(வெட்கத்தோடு கைப்பையிலிருந்து புத்தகத்தை எடுத்து அவளிடம் கொடுத்தபடி)* A book of manners. மேற்கத்திய சமூகத்தில நடமாடும்போது எந்த எந்த விதத்தில நடந்துக்கணும்ன்னு மேனர்ஸ் சொல்லிக்கொடுக்கிற ஆரம்பநிலைப் புத்தகம், இன்னைக்கு இல்லைன்னாலும் எதிர்காலத்துல இதெல்லாம் தெரிந்திருக்கணும்ன்னு... என்னமோ, என்னுடைய முட்டாள்தனம்.

பாப்ஸ்: முட்டாள்தனம் ஒன்னுமில்லை. எனக்கு உங்ககிட்ட பிடித்திருக்கும் குணம் அதுதான். அதுக்காகத்தான் உங்களை இங்கே வரச்சொல்லி கூப்பிட்டிருந்தேன். நான் சொன்ன ஒரு விஷயம் உங்களைத் தூண்டிவிட போதுமாயிருந்திருக்குது. ஏற்பாடுகளை உடனே ஆரம்பிச்சிட்டிங்க...

அனலில் வேகும் நகரம்

(பிரபாகர் இந்தப் பேச்சைக் கேட்டு சற்றே குழப்பமடைகிறான்.)

எனக்கு அந்தக் குணம் ரொம்ப பிடிச்சிருக்குது. நீங்க இந்த அளவு புத்திசாலி, நல்ல படிப்பாளி, வேகமுள்ள இளைஞர். உங்கள இந்த உலகமே வாவான்னு வரவேற்கணும். அதை விட்டுட்டு இப்படி பெங்களூருல யார் கண்ணிலயும் படாம, படபித்ரெ வீட்டுக்கு வேலை தேடி வந்து, எதை சாதிக்கப் போறிங்க?

பிரபாகர்: வேற என்ன செய்யட்டும்? இங்க முண்டுகோடுலயே முடங்கிக் கிடந்தேன். பெங்களூருல வேலை கிடைச்சதே பெரிய புண்ணியம். *This itself is a release. The city air, however polluted, is like a breath of fresh air for me after that suffocating growing-up in the village.*

(சர்வர் வருகிறான். பிரபாகர் பாப்ஸிடம்)

என்ன சாப்பிடறிங்க?

பாப்ஸ்: எதுவும் வேணாம்.

பிரபாகர்: எதுவும் வேணாமா? க்யாபுசீனோ, லாத்தே, எஸ்ப்ரெஸோ?

பாப்ஸ்: வெளியில நான் எப்பவும் காப்பி, டீ எதுவும் குடிக்கறதில்லை.

பிரபாகர்: *No minor vices? (அவனுடைய இந்தப் பழைய நகைச்சுவையைக் கேட்டு அவள் தனக்குள் புன்னகைத்துக் கொள்கிறாள். பிரபாகர் அதைக் கவனித்துவிடுகிறான். சர்வரிடம்.)*

எனக்கு ஒரு க்யாபுசீனோ ...

(சர்வர் செல்கிறான்.)

இங்க பார்த்திங்களா, நேத்துவரைக்கும் எனக்கு 'க்யாபுசீனோ' ங்கற பேரே தெரியாது. பெங்களூருக்கு வந்துதான் தெரிஞ்சிகிட்டேன்.

பாப்ஸ்: *(சிரித்தபடி)* உங்ககிட்ட எனக்கு பிடிச்ச குணமே அதுதான். இங்க பாருங்க, கிராமத்தைவிட்டு வந்து நீங்க சரியான விஷயத்தையே செஞ்சிருக்கிங்க. ஆனால், உங்களை மாதிரியானவங்க பெங்களூர்தான் குறிக்கோள்னு இருக்கக்கூடாது... இதுக்கு வெளியே பெரிய உலகமிருக்குது. உங்களைமாதிரியானவங்களை வரவேற்க காத்திட்டிருக்குது. அதனால, என்னுடைய கேள்வி ரொம்ப முக்கியமானது. நல்ல வேலை கிடைச்சா, சிங்கப்பூர் போவீங்களா?

பிரபாகர்: *(அதிர்ந்து)* சும்மா விளையாடறிங்களா?

பாப்ஸ்: விளையாட்டு ஒன்னுமில்லை. விப்ரோகாரங்க சிங்கப்பூருல ஒரு ஆபீஸ் திறக்கிறாங்க. அங்க வேலை கிடைச்சா, போவீங்களா?

பிரபாகர்: ப்ளீஸ்... தயவுசெஞ்சி இப்படியெல்லாம் குரூரமான ஜோக்ஸ்லாம் சொல்லாதீங்க. விப்ரோ! உலக அளவில பங்குச்சந்தையில அவுங்களுடைய மதிப்பு...

பாப்ஸ்: எனக்கு அஜீம் ப்ரேம்ஜியுடன் நெருக்கமான பழக்கம் இருக்குது. அவருடைய மனைவி யாஸ்மின் பிரேம்ஜி என்னோடு காலேஜ்ல படிச்சவங்க. தில்லியில...

பிரபாகர்: *(பீதியுடன்)* அந்த உலகத்தைப் பற்றி நான் கனவுல கூட நினைச்சதில்லை. ஐயோ, விப்ரோ! நெனச்சிப் பார்க்கவே பயமா இருக்குது...

அனலில் வேகும் நகரம்

பாப்ஸ்: ஏன் பயப்படணும்? எனக்கு அவருடைய அறிமுகம் கிடைச்ச சமயத்தில அவரும் உங்களமாதிரியே சாதாரணமானவராகத்தான் இருந்தாரு. ஆனால், பெரிய கனவுகளைக் காண பயப்பட்டதில்லை.

பிரபாகர்: ப்ளீஸ், நீங்க என்ன சொல்றீங்களோ, அதை என்னால உள்வாங்கிக்கவே முடியலை.

பாப்ஸ்: இதுதான் விஷயம். முந்தாநாள், நானும் எங்க வீட்டுக்காரரும் அஜீம் பிரேம்ஜியுடைய வீட்டுக்கு டின்னருக்காகப் போயிருந்தோம். அப்ப அவுங்கதான் சொல்லிட்டிருந்தாங்க, அவருக்கு அவருடைய சிங்கப்பூர் ஆபீஸ்க்கு ஒரு நல்ல ரீஜினல் மானேஜிங் டைரக்டர் தேவைப்படறாராம். ஆனால், விளம்பரம் கொடுத்து, விண்ணப்பங்களை வாங்கி, தேர்ந்தெடுத்து வேலை கொடுக்கறமாதிரி இல்லையாம்... என்னமோ, அவுங்களுக்கு தனிப்பட்ட காரணம் ஏதாவது இருக்கலாம். இப்பவே சட்டுனு கிளம்பறமாதிரி இருக்கிற ஆள் வேணுமாம்...

(சர்வர் காப்பியைக் கொண்டுவந்து வைக்கிறான். பிரபாகர் அதைக் கவனிக்கவே இல்லை.)

பிரபாகர்: ஆனா பாப்ஸ்... மிஸ்டர் ஐயர்...

பாப்ஸ்: *(சிரித்து)* பாப்ஸ்ன்னே கூப்பிடுங்க...

பிரபாகர்: விப்ரோ! மாபெரும் கம்பெனி. இந்தியாவில் மிகப்பெரிய கம்பெனி. அஜீம் பிரேம்ஜின்னு சொன்னா, அங்க எங்கயோ மேகத்தின்மேலே உட்கார்ந்திருக்கிற மனிதர். என் மேலே அவர் பார்வை படப்போவுதா?

கிரீஷ் கார்னாட்

பாப்ஸ்: நான் சொல்றதை கேக்கப்போறீங்களா அல்லது நீங்க சொல்றதையே திரும்பத்திரும்ப சொல்லிட்டு இருக்கப் போறீங்களா?

பிரபாகர்: ஸாரி, ஸாரி, ஆனால், ஆனால்...

பாப்ஸ்: நானே சொல்லிக்கக்கூடாது. பிரேம்ஜி தம்பதிகள் எனக்கு ரொம்ப நெருக்கமானவங்க. அவுங்களே ஒரு ஆள் வேணும்ன்னு கேட்டாங்க. உங்களைச் சந்திச்சிட்டு வந்தபிறகு, மறுபடியும் நான் அவங்ககிட்ட பேசிட்டு வந்திருக்கேன். நான் உங்க பேரைக் கொடுத்தா போதும். வேலை நடந்துடும். ஆனால்...

பிரபாகர்: என்ன ஆனால்?

பாப்ஸ்: நீங்க உடனேயே புறப்படுவதுபோல இருக்கும். அதுக்கு நீங்க தயாரா இல்லையாங்கறதை முதலில் உறுதிப்படுத்திக்கொண்டு, அப்புறமா அவுங்களிடம் உங்க பேரைச் சொல்லி பேசலாம்ன்னு நினைச்சித்தான் உங்களைக் கூப்பிட்டிருக்கேன்...

பிரபாகர்: உடனே என்றால்?

பாப்ஸ்: உடனேன்னா உடனேதான். இங்க பாருங்க, அவுங்களுக்கு ஒன்னும் ஆளில்லாத கஷ்டம் எதுவும் இல்லை. அவுங்ககிட்ட ஒரு போஸ்ட் காலியா இருக்குதுங்கற விஷயம் வெளியே தெரிஞ்சா போதும், அவுங்க ஆபீஸ் முன்னால ஒரு திருவிழா அளவுக்கு கூட்டம் சேர்ந்துடும்... அதுக்கெல்லாம் இப்ப

அவுங்ககிட்ட டைம் இல்லை. நீங்க இப்ப இருக்கிற வேலையை விடறதா இருந்தா... உங்க ஆபீஸ்க்கு நோட்டீஸ் கொடுக்கணுமா?

பிரபாகர்: நோட்டீஸ் கொடுக்கணும். இல்லையென்றால், இரண்டுமாத சம்பளத்தை பிடிச்சிக்குவாங்க...

பாப்ஸ்: அவ்வளவுதானே? ரெண்டுமாச சம்பளம் போனா போவுது விடுங்க. நாளைக்கே ராஜினாமா கொடுத்துருங்க. சிங்கப்பூருல ஒரு மாசத்திலயே உங்களுக்கு இங்குள்ள பணமதிப்புக்கு ஆறுமாச சம்பளம் கிடைக்கும். அதுமட்டுமில்லாமல், கம்பெனி குவார்ட்டர்ஸ்கூட இருக்கும். வண்டி கூட உண்டு. உங்களுக்கு டிரைவிங் தெரியுமா?

பிரபாகர்: ம்.

பாப்ஸ்: நாளைக்கே ராஜினாமா கொடுத்துட்டு வெளியே வாங்க...

பிரபாகர்: நாளைக்கேவா?

பாப்ஸ்: நேற்றே கொடுத்திருந்தால், இன்னும் நன்றாக இருந்திருக்கும். முடிஞ்ச அளவுக்கு சீக்கிரமா. ஆனால், நீங்க இப்ப இருக்கிற வேலையை விடறதுக்கு முன்னால, விப்ரோ வேலைக்கான ஆர்டர் பையில இருக்கணும். அவுங்க அப்பாய்ண்ட்மெண்ட் ஆர்டர் கைக்கு வந்த பிறகுதான் இருக்கிற வேலையை விடமுடியும்னு சொன்னா, அவர்கள் கேக்கமாட்டாங்க. அவர்களிடம் வேலை செய்ய உங்களுக்கு ஆர்வமாக இருக்கிறதுன்னு நீங்களும் நிரூபிக்கவேணுமில்லையா?

பிரபாகர்: *(கவலையோடு)* அது எனக்குப் புரிகிறது பாப்ஸ். ஆனால் இப்ப இருக்கிற வேலை புதுசாகக் கிடைச்சது. அது நிரந்தரமாவதற்கு நல்ல வாய்ப்பு இருக்குது. அதை விடறது அவ்வளவு சுலபம் இல்லை. சமீபத்தில்தான் புதுசா வாடகைக்கு ஒரு வீடு எடுத்து ஊரிலிருந்து மனைவியை அழைச்சிட்டு வந்திருக்கேன், பாப்ஸ்.

பாப்ஸ்: மொத்தமாகவே மாறி புத்தம்புதுசா நீங்க யோசிக்க கத்துக்கணும் பிரபாகர். இந்த ஆஃபர் இன்னைக்கு இருக்குது. நாளைக்கு இருக்காது. அதுமட்டுமில்லை, ஒரே வேலையில பத்து இருபது வருஷம் வேலை செஞ்சி, உங்களுடைய இதயபூர்வமான ஈடுபாட்டைக் காண்பிக்கணும்னு நெனைக்கிற நாட்களெல்லாம் இப்ப கடந்துபோயிட்டுது. உங்க பாஸ் உதாரணத்தையே எடுத்துக்குங்க. இப்ப இருக்கிற உலகமயமான யுகத்தில் ஒரே வேலையில யாரும் நீண்ட காலம் வேலை செய்யறதில்லை. இந்த வேலையில உங்க திறமை எப்படி இருக்குதுன்னு பார்த்துட்டு, எல்லோருக்கும் உங்களுடைய தகுதி எப்படின்னு புரிஞ்சிட்டுதுன்னா, அந்த வெற்றியின் தலைமேல நின்னு இன்னொரு வேலை, அங்கயும் நல்ல பேர் சம்பாதிச்சிட்டா, பிறகு அதைவிடவும் உயரமான இன்னொரு வேலை... இப்படி, ஒரு உயரத்திலிருந்து இன்னொரு உயரத்துக்கு தாவித்தாவி போயிட்டே இருப்பது ஒரு வழி. உலகமயமாதலின் தத்துவம் அது. நீங்க விப்ரோவில சேர்ந்துட்ட பிறகும், அங்கயே உங்க வாழ்க்கையை கழிக்கவேண்டும்ன்னு நான் சொன்னேனா என்ன? இங்க வேலை செஞ்சிட்டிருக்கும்போதே கண்கள் புதுப்புது வாய்ப்புகளுக்கு தேடிகிட்டே இருக்கணும். இதை

நீங்க புரிஞ்சி வச்சிருக்கணும்... பொண்டாட்டி புள்ளையை என்ன செய்யப் போறீங்க? பெங்களூரிலேயே விட்டுட்டு போக போறீங்களா? அதைப்பற்றி கொஞ்சம் தீவிரமா யோசிக்கவேண்டியது ரொம்ப அவசியம்...

பிரபாகர்: ம்

பாப்ஸ்: என் பேச்சை கேட்பதாக இருந்தால், அவர்களை உடனே உங்க மாமியார் வீட்டுக்கு அனுப்பிவைங்கன்னுதான் சொல்வேன்.

(மௌனம்)

நான் உங்களை கட்டாயப்படுத்தலை. உங்களுக்கு பயமா இருந்தால்,... இது தேவையே இல்லாத ரிஸ்க்னு தோனிச்சின்னா, விட்டுடுங்க...

பிரபாகர்: *Do I have a choice?*

பாப்ஸ்: *That's good.* புதுச்சட்டை அது இதுன்னு கொஞ்சம் செலவு செய்ய தயாரா இருக்கணும். அடுத்த வாரத்தில பிரேம்ஜி கூட இண்டர்வியூவுக்கு ஏற்பாடு செய்றேன். எலெக்ட்ரானிக் சிட்டிக்கு போகவேண்டியிருக்கும்...

பிரபாகர்: அது ஒன்னும் பெரிய விஷயம் இல்லை.

பாப்ஸ்: *Splendid. The first interview is a mere formality.* சும்மா பேருக்குத்தான். யாரோ *H.R.Developement head interview* எடுப்பாங்க. *But Premji will want to see you later in his house.* அடுத்த மாசம், மூணாவது வாரத்தில சிங்கப்பூருல இருப்பிங்க. *Cheer up!*

பிரபாகர்: *(அதிர்ச்சியிலிருந்து விடுபடாதவனாக)* உங்களுக்கு எப்படி தேங்க்ஸ் சொல்லணுங்கறதே தெரியலை . . .

பாப்ஸ்: உங்களுக்கு நல்லது நடந்தா, எனக்கும் ரொம்ப சந்தோஷம்... பை, குட் லக். *(எழுந்து கைவீசி நடந்து செல்கிறாள்.)*

பிரபாகர்: *(புன்னகையோடும் முகமலர்ச்சியோடும்)* *Singapore! Here I come!*

(ஒரே வாயில் கோப்பையில் இருந்த காப்பியை எல்லாம் ஊற்றிக் குடித்துவிடுகிறான்.)

காட்சி: ஐந்து

(அஞ்சனாவின் வீடு. அஞ்சனா தொலைபேசியில் உரையாடிக்கொண்டிருக்கிறாள்.)

அஞ்சனா: என்னன்னு சொல்றது உங்களுக்கு? தலையெழுத்து. குளிக்கலாம்னு போனேன். அந்த நேரத்துல இந்த ஃபோன் வந்திச்சி. 'விமலா வேலை செஞ்சிட்டிருக்காளே, அந்த இன்னொரு வீட்டிலிருந்து' ...அதே... அதே... அந்த ஃபோன் கால் வரும்வரைக்கும் விமலா இன்னொரு வீட்டில வேலை செய்றாள்ங்கற சங்கதியே எனக்குத் தெரியாது. அங்க ஒரு பாட்டி இருக்கறாளாம். அந்த பாட்டியுடைய தங்கச்சங்கிலி– ரெண்டுமூணு லட்சம் பெறுமானமுடையது . . . தங்கம் . . . அதை விமலா திருடிட்டாள்னு ஒரே சத்தம், அதுக்காக அவளை திலக் நகர் போலீஸ் ஸ்டேஷனுக்கு அழச்சிட்டு போயிருக்கோம்னு அந்த வீட்டுல இருக்கிறவங்க... யாரோ சரோஜம்மான்னு ஒரு அம்மா . . . கன்னாபின்னான்னு

சத்தம் போட்டாள் . . . அவளும் விமலாவும், அவள் கையிலிருந்து இவளும் இவள் கையிலிருந்து அவளும் மாத்திமாத்தி ஃபோன பிடுங்கி உச்சக் குரல்ல சத்தம் போட்டாங்க . . . நான் உடனே இன்ஃபண்ட்டை அழைச்சேன் ... ம்ஹூம் ... DIG of Police இன்ஃபண்ட் . . . *(குழப்பத்துடன்)* ஆமாங்க . . . நம்ம வீட்டுல சமையல் வேலை செய்யக்கூடிய பொம்பளைக்கு ஏதோ பிரச்சினைன்னு டி.ஐ.ஜி. லெவல்ல இருக்கிறவர அழைக்கக்கூடாதுங்கறது எனக்கும் தெரியும். ஆனாலும், வேற என்ன செய்யமுடியும் நான்? அரைமணிநேரம் வரைக்கும்கூட உங்க ஃபோன் கிடைக்கலை. வீட்டு விஷயத்துக்காக ஆஃபீஸ் நேரத்துல உங்களை கூப்பிட்டு தொந்தரவு கொடுக்கக்கூடாதுன்னு நீங்களே சொல்லியிருக்கிங்க. கருணாஸ்ரமம் தொடர்பான சில விஷயங்களில் ரொம்ப ஆதரவா இருந்தாரு. உயர்ந்த இடத்துல தொடர்பு இருந்தும் பயன்படுத்திக்கலைன்னா என்ன பிரயோஜனம்? குணால் போன இடமே தெரியலை. நானே திலக் நகர் போலீஸ் ஸ்டேஷனுக்கு ஓடினேன். அங்க ரெண்டு மணிநேரம் . . . சப் இன்ஸ்பெக்டர் . . . லேடி கான்ஸ்டபிள் . . . சரோஜம்மா . . . விமலா . . . எஃப்.ஐ.ஆர் . . . என்னன்னு சொல்றது? ஒரே சண்டை, சத்தம், ஆரவாரம். அதுக்குப் பிறகு இன்ஸ்பெக்டர் வருகிறவரைக்கும் விமலா அங்கயே இருக்கணும்ன்னு சொன்னாங்க, சரின்னு வீட்டுக்கு வந்துட்டேன். ஆனால், கிளம்புவதற்கு முன்னால, திரும்பி வரும்போது எங்க லாயரை அழைச்சிட்டு வரேன், ஹேபியஸ் கார்பஸ் பற்றி எனக்கும் தெரியும்ன்னு சொல்லிட்டு வந்திருக்கேன். ஆனால், வர வழியிலதான் யோசிச்சி பார்த்தேன். இந்தக்

குற்றச்சாட்டு உண்மையா இருக்க வாய்ப்பில்லைன்னு பட்டுது. விமலாவை நினைச்சா பாவமா இருக்குதுங்கறது உண்மைதான். ஆனால், யாருக்குத் தெரியும்? நம்ம வீட்டிலயும் சிற்சில சாமான்கள் திடீர்திடீர்னு மாயமா மறஞ்சிட்டிருக்குது... சின்னச்சின்ன நகைகள், எண்ணி வச்ச பணம், மேசைமேல் வச்சிருந்த பணம்... இது எல்லாமே இருந்த இடம் தெரியாம காணாம போகுது... உங்களுக்கு தெரியட்டுமேன்னு சொல்லிவச்சேன்.

அவன் வீட்டில இல்லை. எங்கே போயிருக்கானோ தெரியலை. *(குழப்பத்துடன்)* ஐயோ, இந்த விமலா பிரச்சினையால என்ன செய்யறதுன்னே புரியாம, குழம்பி உங்களுக்கு ஃபோன் பேசிட்டிருக்கேன்... உங்களுக்கு எப்பவும் நம்ம மகனைப்பற்றிய கவலைதான்... உண்மைதான். நம்ம பிள்ளையைப்பற்றி நாம் கவலைப்படவேணும்ங்கறது உண்மைதான். ஆனால் தற்சமயம், நான் இந்தப் பிரச்சினையை எதிர்கொள்ளவேண்டியிருக்குது, புரியுதா?

காட்சி: ஆறு

(பிரபாகரின் வீடு. சின்ன அறைமுழுதும் நெருக்கமாக வைக்கப்பட்ட பெட்டிகள், படுக்கைச்சுருள்கள், அட்டைப் பெட்டிகள். பிரபாகரின் மனைவி சுமித்திரா ஒரு பையை இழுத்துக்கொண்டு வருகிறாள். அவன் எல்லாவற்றையும் அதில் வைத்து அடைக்கிறான்.)

பிரபாகர்: எல்லா சாமான்களும் வந்துட்டுதா? நாலு பொட்டிங்க...

(சுமித்திரா நின்ற இடத்திலேயே உட்கார்ந்து குனிந்தவாக்கில் குலுங்கி அழுகிறாள்.)

ஏ... ஏ... என்ன இது? எதுக்காக இப்ப பைத்தியக்காரியாட்டம் அழுகிறாய்? இன்னும் ஒரு மாசத்துக் கதைதான். அப்புறம் நீங்க எல்லோருமே சிங்கப்பூரு வந்துடப் போறீங்க...

சுமித்திரா: எனக்கொன்னும் இந்த சிங்கப்பூரு வேணாம். உங்களுக்கு பெங்களூருல வேலை கிடைச்சிருக்குதுன்னு சொன்னதுமே, எவ்வளவோ சந்தோஷமா இங்க வந்தோம். நம்ம வீடு. நம்ம குடும்பம். அம்மா – அப்பா, அத்தை – மாமா யாருடைய தொந்தரவும் இல்லாம சுகமா இருந்தோம். இதுல என்ன குறைச்சல்?

பிரபாகர்: இல்லை, சுமித்திரா. நான் இங்க புழுங்கிட்டிருக்கேன். பாப்ஸ் சொன்னதுபோல இது என்னுடைய தகுதிக்குரிய வேலையே இல்லை. அதுமட்டுமில்லை, உன் தகுதி இதைவிட உயர்வானது. உன் தகுதிக்குப் பொருத்தமான வசதியும் வாழ்க்கையும் உனக்கு அமைகிறவகையிலே நடந்துகொள்கிறேன். அது என்னுடைய பொறுப்பு. உன்னை பட்டத்து ராணியாக ஆக்குகிறேன், பார்த்துட்டே இரு...

சுமித்திரா: அந்தக் கிராமத்துக்குத் திரும்பிப் போகவே எனக்கு விருப்பமில்லை. நான் பெங்களூரிலேயே விஷ்ணுவோடு இருந்துடறேன். நீங்க சிங்கப்பூருக்கு போனபிறகு எங்களை அழைச்சிக்குங்க. வந்துடறோம்.. ஆனால், அந்தக் கிராமத்து நரகம் வேணாம்...

கிரீஷ் கார்னாட்

(அச்சமயத்தில் பிரபாகர் மொபைல் ஃபோனை எடுத்து ஓர் எண்ணை அழுத்துகிறான்.)

பிரபாகர்: ஓ! இருக்கிறிங்களா? அவகிட்ட கொஞ்சம் நீங்களே எடுத்துச் சொல்லுங்க...

(மொபைலை சுமித்திராவிடம் கொடுத்தபடி)

பிடி. பாப்ஸ்.

சுமித்திரா: நான் ஏன் அவங்களோடு பேசணும்?

பிரபாகர்: அவங்களாலதான் நமக்கு அதிர்ஷ்டம் பிறந்தது.

சுமித்திரா: (மொபைலில் பேசுகிறாள்) ம்... ஆமாம்... தெரியும்... ஆமாம்க்கா. நீங்க சொல்றிங்க. இவர்கூட அதைத்தான் சொல்றாரு. ஆனால், எனக்கு திரும்பி அந்த கிராமத்துக்குப் போய் இருக்க விருப்பமே இல்லை... இங்க நாங்க எங்க விருப்பம்போல சுகமா இருக்கிறோம்... ம்ம்... எனக்கு புரியுது... நம்பிக்கை எல்லாம் இருக்குது... உங்கமேல அவநம்பிக்கை எதுவும் இல்லை... ஆனால், ... விஷ்ணுவுக்கு இங்க இங்கிலீஷ் மீடியத்துல இடம் கிடைச்சிருக்குது... ஊருல வெறும் கன்னட பள்ளிக்கூடம்தான். ஒரு தரம் அங்க போயிட்ட பிறகு, இன்னும் ஒரு வருஷம் ஆகுமில்லையா? சிங்கப்பூருல அவுங்களே அட்மிஷன்லாம் பார்த்து செய்வாங்களா?... சரிக்கா. உங்களைத்தான் நம்பியிருக்கேன்... நீங்க எங்களுக்காக இந்த அளவுக்கு... சரி, உங்களுக்கு ரொம்ப தேங்க்ஸ்...

(மொபைலைப் பிரபாகரிடம் கொடுக்கிறாள்.)

பிரபாகர்: *(மொபைலில் செயற்கையாகச் சிரித்தபடி)* சரிசரி, *It is good of you, Pops . . .*

(மொபைலை மூடிவைக்கிறான்.)

இப்பவாவது நம்பிக்கை வந்ததா? இனிமேல முடிவை மாற்றிக்கொள்ளும் கருத்துக்கு இடமே இல்லை. என் வேலைக்கு நான் ஏற்கனவே ராஜினாமா கொடுத்தாச்சி. இந்த வீட்டுக்குக் கொடுத்த அட்வான்ஸயும் திரும்பி வாங்கியாச்சி. அதிர்ஷ்டம் சுடர்விட்டு ஒளிர்கிறது. அதில கண்ணீரை விடலாமா? விப்ரோ கம்பெனியிலேருந்து வேலைக்கான தகவல் வருவது ஒன்றுதான் பாக்கி. அவங்களே பாஸ்போர்ட் எடுத்துக் கொடுத்துடுவாங்களாம். அதுக்காகவே, அவங்ககிட்ட ஒரு ஸ்பெஷல் டிப்பார்ட்மெண்ட் இருக்குதாம்... வா, வெளியே டாக்ஸி வந்து நின்னு பத்து நிமிஷம் ஆகுது. இப்படிப்பட்ட வாய்ப்பு எல்லோருக்கும் கிடைப்பதில்லை...

சுமித்திரா: எந்த ஜென்மத்துல எனக்கு எதிரியா இருந்தாளோ, என் குடும்பத்தை பிளக்கறதுக்காகவே மறுபடியும் வந்திருக்கா . . .

(பிரபாகர் பதில் சொல்வதில்லை. இருவரும் புறப்படுகிறார்கள்.)

காட்சி: ஏழு

(போலீஸ் ஸ்டேஷன்.

போலீஸ் இன்ஸ்பெக்டருக்கு முன்னால் மேசையை ஒட்டி நாற்காலிகளில் விமலா, குணால், சரோஜம்மா அனைவரும்

உட்கார்ந்திருக்கிறார்கள். மூலையில் ஒரு பெண் கான்ஸ்டபிள் உட்கார்ந்திருக்கிறாள்.)

இன்ஸ்பெக்டர்: சரி, விமலா திம்மேகௌடா. உனக்கு எதிரா மிஸெஸ் சரோஜம்மா குணிகல் புகார் கொடுத்திருக்காங்க. அவங்க சொல்றபடி ...

சரோஜம்மா: சார், நான் சொல்றேன். நானும் அப்படித்தான் நெனச்சிட்டிருந்தேன். அவள் பேர் அதுதான்னு. ஆனால், இவளுடைய பேர் விமலா திம்மேகௌடாவே இல்லை, விமலா மேரி.

விமலா: பொய் சார், எல்லோரும் பொய் சொல்றாங்க ...

சரோஜம்மா: நான் காமராஜ் ரோட்டுக்குப் போயி, இவளுடைய அம்மா அப்பாகிட்ட பேசிட்டுதான் திரும்பிவரேன். அவங்க கிறிஸ்துவர்கள். அமல்தாஸ்ங்கறதுதான் இவங்க குடும்பப்பேர். இப்ப பெங்களூருலயே இருக்கறாங்க. இவளை கல்யாணம் பண்ணிகிட்டவனும் கிறிஸ்துவன்தான். முப்பத்தஞ்சாயிரம் ரூபாய் செலவு செஞ்சி கல்யாணம் பண்ணிவச்சிருக்காங்க. ஆனால், ஆறே மாசத்துல இவள் புருஷனைவிட்டு ஓடி வந்திட்டிருக்கா.

விமலா: எதையெதையோ வாய்க்கு வந்ததையெல்லாம் பேசிட்டிருக்காங்க.

சரோஜம்மா: இவளுடைய அம்மா அப்பா முகவரியெல்லாம் என்னிடம் இருக்குது. கொஞ்சம் இருங்க, காட்டறேன் ...

இன்ஸ்பெக்டர்: *(கையை உயர்த்தி, அவளை அமைதியாக இருக்கும்படிப் பணித்து)* அதெல்லாம் வேணாம், என்ன நடந்ததுன்னு ஒரு தரம் வாயால சொல்லிடுங்க...

சரோஜம்மா: ஆறு மாசமா, இவள் எங்க வீட்டுல வேலை செஞ்சி வராள்...

குணால்: ஆறு மாசமாவா? மம்மிக்கு தெரியவே தெரியாது!

விமலா: அப்படி இல்லை குணால், நான் உன் அம்மாவிடம் சொல்லியிருக்கேன்; அவங்கதான் ஏதோ வேலை மும்முரத்தில மறந்து போயிட்டிருக்காங்க...

சரோஜம்மா: அவங்க ஏன் மறக்கறாங்க? எங்க வீட்டுல வேலை செய்கிற விஷயம் இவுங்க வீட்டுக்கு தெரியக்கூடாதுன்னு இவள் முதலிலேயே நிபந்தனை விதிச்சா...

இன்ஸ்பெக்டர்: அப்போ, நீங்கள் அதை ஏற்றுக்கொண்டிங்களா? ரெஃபரென்ஸ் எதுவும் கேக்கலையா?

சரோஜம்மா: என் அம்மாவைப் பார்த்துக்க எனக்கும் ஒரு வேலைக்காரி தேவையா இருந்தது. அதனால ஒப்புக் கொண்டேன். தப்பு செஞ்சிட்டேன். நல்லவளாட்டமே இருந்தாள்...

இன்ஸ்பெக்டர்: அதாவது, இவங்க அம்மாவுக்கு அதை தெரியப்படுத்தலை...

சரோஜம்மா: இல்லை

இன்ஸ்பெக்டர்: ரகசியமாவே வச்சிருந்திங்களா?

கிரீஷ் கார்னாட்

சரோஜம்மா: இதுல ரகசியம் என்ன கெடக்குது? இந்த விமலா அவங்க வீட்டுக்கு காலையில தினமும் எட்டரை மணிக்கு போறாள். சமைக்கறதுக்காக. அதுக்கு முன்னால எங்க வீட்டுக்கு வந்து எல்லா வேலைகளையும் முடிச்சி கொடுத்துட்டு போறேன், அதுக்கும் இதுக்கும் முடிச்சு போடாதீங்கன்னு சொன்னா. அவள் வசதிக்காக அப்படி செய்துக்கறாள்னு நானும் சும்மா இருந்தேன்.

இன்ஸ்பெக்டர்: *(குணாலிடம்)* உங்க வீட்டுல ஏதாவது திருடு போயிருக்கா?

குணால்: இல்லை, இல்லை. அதான் மம்மி சொல்லி அனுப்பியிருக்காங்க. எங்க வீட்டுல விமலா வேலை செய்ய ஆரம்பிச்சி, கிட்டத்தட்ட ஏழெட்டு வருஷங்கள் இருக்கும், இதுவரைக்கும் ஒரு ரூபாய்கூட திருடு போனதில்லை...

இன்ஸ்பெக்டர்: *(சிரித்து)* ஒரு ரூபாயை யார் திருடப் போறாங்க, சொல்லு. *(சரோஜம்மாவிடம்)* ம், மேல சொல்லுங்க...

சரோஜம்மா: இவளுக்கு வேலை எதுவும் இல்லை. எங்க அம்மாவுக்கு எண்பத்தெட்டு வயசாவுது. தினமும் காலையில் வந்து, முக்கியமா அவளுடைய அறையைச் சுத்தம் செய்து, அவளை குளிக்க வச்சி, அவளுடைய பழைய துணிகளை துவைப்பதற்கு வசதியா ஒரு ஓரமா ஒதுக்கி வச்சிட்டு போவது, அவ்வளவுதான். ஒரு மணிநேரத்து வேலை. நல்லாதான் செஞ்சிட்டிருந்தாள். எங்க அம்மாவுக்கு இவள்மீது முழு அளவில நம்பிக்கை பிறக்கிறவகையில அன்போடு பார்த்துகிட்டா.

விமலா: *(குணாலிடம்)* பார்த்தியா? நல்லபடியா வேலை செஞ்சா, அதுவும் சந்தேகத்துக்குக் காரணமாயிடுது ...

இன்ஸ்பெக்டர்: குறுக்கில பேசவேணாம். ம், அப்புறம்?

சரோஜம்மா: எங்க அம்மா குளிக்கும்போது, கழுத்தில இருக்கிற சங்கிலியைக் கழற்றி வைப்பாங்க. மூணரை லட்சம் ரூபாய் விலையுள்ள பொருள் சார் அது, எங்க முப்பாட்டி காலத்திலேருந்து பயன்படுத்திட்டு வரக்கூடிய பொருள். குளிக்கப் போவும்போது, அதைக் கழற்றி அங்கயே தன்னுடைய தலையணைக்கு மேல வச்சிட்டுப் போறது அவுங்க பழக்கம். முந்தாநாளும் அதே மாதிரி கழற்றி வச்சிருக்காங்க. குளிச்சிட்டு வந்து பார்க்கும்போது சங்கிலியை காணோம். அங்கயும் இங்கயும் தேடி பார்த்துட்டு, என்னை கூப்பிடறதுக்குள்ளே இவள் 'எனக்கு வேலை இருக்குது, அவசரம்'ன்னு சொல்லிட்டு மாயமாயிட்டாள். நான் மாடியறையில பூஜை செஞ்சிட்டிருந்தேன். அம்மா கூப்பிட்டது எதுவும் ரொம்ப நேரத்துக்கு எனக்கு கேக்கவே இல்லை. கேட்டபிறகு, ஓடிவந்து பார்த்தால், இந்தக் கோலம். உடனே, டிரைவரை கூப்பிட்டு காரை எடுத்துக்கொண்டு இவளை தேடிட்டுப் போனால், *(குணால் பக்கமாகச் சுட்டிக்காட்டி)* இவள் இவங்க வீட்டுக்குப் பக்கத்தில தன்னுடைய பாய்ஃப்ரெண்டோடு பேசியபடி நின்னுட்டிருந்தாள். இவளை அந்த இடத்திலேருந்து அப்படியே இழுத்துட்டுப் போனேன்.

விமலா: ஐயையோ. சும்மா வாய்க்கு வந்தபடியெல்லாம் பேசாதீங்க, பாய் ஃப்ரெண்டாம் பாய்ஃப்ரெண்ட்... ஐயோ!

சரோஜம்மா: பாய்ஃப்ரெண்டோ, இல்லை வேற ஏதாவது கள்ளப்புருஷனோ.

விமலா: *(கோபத்தோடு)* கொஞ்சம் நிதானமா பார்த்து பேசுங்க. வேற எந்த இடத்துலயாவது இப்படி பேசியிருந்தா, உங்களுக்கு நல்லா காட்டி ...

இன்ஸ்பெக்டர்: ப்ளீஸ், மேடம், ப்ளீஸ், இங்க வச்சி திட்டிக்க வேணாம்.

சரோஜம்மா: சரி, பாய்ஃப்ரெண்டோ, வேற எவனோ, புருஷன் மட்டும் கிடையாது. அதுக்குள்ளே மொபைல்ல பேசி அழச்சிருக்கணும்... இல்லைன்னா, முதலிலேயே திட்டம் தீட்டி வச்சிருக்கணும். என்னை பார்த்ததுமே அவன் ஆட்டோவுல உட்கார்ந்து கிளம்பி போயிட்டான். இவளும் இவங்க வீட்டுக்குள்ள புகுந்திருப்பா. ஆனால் நானே அவளை தடுத்து மறிச்சி இழுத்துட்டு வந்தேன். ஆளப் புடிச்சி அதட்டி மிரட்டி எல்லா விதத்துலயும் கேட்டுப் பார்த்துட்டோம். ஆனால், சங்கிலி கிடைக்கலை. அந்த பாய்ஃப்ரெண்டுதான் அதை எடுத்துட்டு ஓடியிருக்கணும்.

விமலா: சும்மாவாச்சும் வாய்க்கு வந்தபடி பேசி குற்றம் சுமத்தாதீங்க. அவன் எங்க ஊரு பையன். என் தம்பிமாதிரி. நல்ல பையன். நீங்கள்லாம் படிச்சவங்கன்னு சொல்லிக்கறிங்க. ஆனாலும் தனியா ஒரு பொம்பளையைப் பார்த்ததுமே உங்களுக்கும் அசிங்கம் அசிங்கமாதான் தோணுது ...

சரோஜம்மா: நீயா? தனி பொம்பளையா? யார்கிட்ட சொல்ற? நானும் அன்னையிலேருந்து சும்மா உக்காந்திருக்கலை.

இவளுடைய கதையை அக்குவேறு ஆணிவேறா தோண்டியெடுத்துட்டேன். தனி பொம்பளையாம். ஹ்ம்! இவளுடைய அம்மா அப்பா காமராஜர் ரோட்டில ஃப்ரேஸர் டவுன்ல இருக்கறாங்க. அவர் பெயர் அமல்தாஸ். நான் அவர்கிட்ட பேசிட்டுதான் வந்தேன். பாவம்! இவள் அவர் முகத்தைப் பார்த்தே பல வருஷங்கள் ஓடிட்டுதாம். முப்பத்தஞ்சாயிரம் ரூபா செலவு செஞ்சி, கல்யாணம் பண்ணிவச்சா, ஆறுமாசம் கூட ஒழுங்கா குடுத்தனம் பண்ணலையாம். நடுவுல யார் யார் கிடைச்சாங்களோ? இப்ப, அந்த ஆட்டோ டிரைவர் கூட வாழறாளாம். அவன் அட்ரஸ்கூட எனக்குத் தெரியும்...

இன்ஸ்பெக்டர்: நாங்க அவன்மேலயும் ஒரு கண்ணு வச்சிருக்கோம். அவன வரவழச்சி என்கொயரி பண்ணினோம். அவன் இருக்கிற இடத்தைக் கண்டுபிடிச்சி, சோதனை போட்டுட்டுதான் வந்தோம்...

சரோஜம்மா: *அங்க மறச்சி வச்சிருப்பாங்களா? அன்னைக்கே மறைச்சி எடுத்துச் சென்று கள்ள சந்தையில வித்திருக்க மாட்டாங்களா?*

விமலா: அவன் வீட்டுல நான் எதுக்கு மறைச்சி வச்சிருக்கணும் சார்? நான் அந்தப் பக்கமா போகறதே இல்லை . . .

இன்ஸ்பெக்டர்: அவன் அறையில ரெண்டு டிரங்க் பெட்டி நிறைய புடவைகள் – பொம்பளை உடுப்புங்க இருந்தது. இதெல்லாம் யாருடையதுன்னு கேட்டப்போ, தெரியாதுன்னு பதில் சொன்னான்.

விமலா: அவனுக்கே தெரியலைன்னா, எனக்கு எப்படி தெரியும்? எனக்கு எதுவும் தெரியாது...

சரோஜம்மா: கைக்கு மூணரை லட்ச ரூபா மதிப்புள்ள சங்கிலியே கிடைச்சிருக்கும்போது, இவளுக்கு அந்த பழைய டிரங்கு பெட்டி எதுக்கு வேணும்? அவன்கூட முழுசா...

விமலா: எல்லாம் பொய் சார்...

சரோஜம்மா: நான் உன்னை இப்படியே விட்டுடுவேன்னு நெனச்சிக்காதே. அந்தச் சங்கிலியை திருப்பி கொடுக்கலைன்னா, உன் வீட்டையே அழிச்சிடுவேன். சண்டாளி...

இன்ஸ்பெக்டர்: தயவுசெஞ்சி, திட்டற வேலையெல்லாம் வேணாம். *(விமலாவிடம்)* நீ எங்க இருக்கிற?

விமலா: உத்தரஹள்ளியில . மூணாவது ஸ்டேஜ்ல...

இன்ஸ்பெக்டர்: *(தன் குறிப்பேட்டைப் பார்த்துவிட்டு, குணால்பக்கம் கையசைத்து)* ஆனால், இவங்களுக்கு கொடுத்திருக்கிற அட்ரஸ் வேறமாதிரி இருக்குதே,... கத்ரிகுப்பேன்னு போட்டிருக்குது...

விம்லா: ஐயோ, இவுங்க வீட்டுல நான் வேலை பார்க்கத் தொடங்கி ஆறு வருஷங்களுக்கும் மேல ஆவுது. அந்தக் காலத்து அட்ரஸ் அது. அப்போ என் அப்பா உயிரோட இருந்தாங்க. அவர்தான் வீட்டுல இருந்தார்.

சரோஜம்மா: உன் அப்பா உயிரோடு இருக்கும்போதே, அவரை எதுக்காகம்மா கொல்கிறாய்? நான் நேர்லயே அவரை

அனலில் வேகும் நகரம்

பார்த்து பேசிட்டு வந்திருக்கேன். நல்லா உறுதியா இருக்காரு. அவர் அட்ரஸ் வேணுமின்னா சொல்றேன். *(போலீஸ்காரர்களிடம்)* நான் சொல்றத கேளுங்க. இவள் உங்ககிட்ட பொய் சொல்றா.

இன்ஸ்பெக்டர்: *(விமலாவிடம்)* இங்க பாரும்மா, நான் இப்ப ஒரு ஹெட் கான்ஸ்டபிள உன் கூட அனுப்பிவைக்கறேன். கூடவே ஒரு லேடி கான்ஸ்டபிள் அம்மாவும் வருவாங்க. அவுங்கள அழச்சிட்டு போயி உங்க வீட்டை காட்டு. வெரிஃபை பண்ணணும்...

விமலா: ம். ஆகட்டும்.

குணால்: நான் என்னுடைய கார்லதான் வந்திருக்கேன். அழச்சிட்டு போறேன்.

இன்ஸ்பெக்டர்: *(அழைக்கிறான்)* முனிராஜ்...

(ஒரு கான்ஸ்டபிள் வந்து வணங்குகிறான்.)

இவங்க கூட போய், இவளுடைய வீடு, அட்ரஸ் எல்லாத்தயும் வெரிஃபை பண்ணிட்டு வா.

(சரோஜம்மாவிடம்) நீங்களும் போய் வரீங்களா?

சரோஜம்மா: நான் ஏன் போகணும்? அது அவளுடைய அட்ரஸே கிடையாது. எனக்கு நல்லா தெரியும். போகறதால, ஒரு பிரயோஜனமும் இல்லை...

இன்ஸ்பெக்டர்: சரி, எங்க ஹெட் கான்ஸ்டபிள் போய்ப் பார்த்துட்டு வந்து ஒரு ரிப்போர்ட் கொடுக்கட்டும். அதுக்கப்புறம் பார்க்கலாம்...

கிரீஷ் கார்னாட்

(குணால், விமலா லேடி கான்ஸ்டபிள் மூன்று பேரும் ஹெட் கான்ஸ்டபிளோடு சேர்ந்து புறப்படுகிறார்கள். சரோஜம்மா அவர்கள் பின்னாலேயே சென்றபடி ...)

சரோஜம்மா: அவள் பெரிய திருடி. பொய் சொல்றவ. அவ்வளவு சுலபமா கைக்கு அகப்படமாட்டா. ஆனால் நான் அவளை விடமாட்டேன் ...

(நான்கு பேரும் செல்கிறார்கள். மேடைமீது, ஒளியமைப்பில் மாற்றம் உருவாகிறது.

குணால் அவர்களிடமிருந்து தனித்துக் காணப்படுகிறான். அவன்மீது மட்டும் வெளிச்சம் படர்கிறது. மொபைலை எடுத்துப் பேசுகிறான்.)

குணால்: நாங்க நாலு பேரு – நான், விமலா, ஹெட் கான்ஸ்டபிள், லேடி கான்ஸ்டபிள் – என்னுடைய கார்லதான் கௌம்பனோம். எனக்கு அந்த சரோஜம்மா மேல கோபம்கோபமா வருது. போலீஸ்காரங்க விசாரிக்கறோம்ன்னு சொல்லிட்டிருக்கும்போதே, அந்த அம்மா விமலாவை பழிக்கறதயும் திட்டறதயும் நிறுத்தவே இல்லை. விமலா அப்படிப்பட்ட வேலையைச் செய்யக்கூடிய ஆள் இல்லை என்பதில எனக்கு முழு நம்பிக்கை இருக்குது. ஏழு வருஷமா, எங்க வீட்டுல, எங்க வீட்டுப் பொண்ணுபோல உழைச்சி வேலை செஞ்ச பொண்ணு அவள். எப்படியோ, உத்தரஹள்ளிக்கு எதோ ஒரு பக்கத்துல வந்திருக்கோம். நந்திதா, நீ அங்க வந்து பார்க்கணும். அது, நமக்கு தெரிஞ்ச பெங்களூரே

இல்லை. நாகரிக மாற்றங்களின் அடையாளமே அங்க இல்லை. அது ஒரு கெட்ட கனவுமாதிரி. எத்தன தரம் புடிச்சி உலுக்கினாலும் விழிப்பே வராம இருந்தா எப்படி இருக்கும், அந்த மாதிரியான கெட்ட கனவு. பாதையோரமா நடக்கறதுக்கு நடைபாதையே இல்லை. தரையே இல்லை. அடி எடுத்து வச்ச எடங்களிலெல்லாம் சேறு, சகதி, அசிங்கம். பாதையிலயும் நடக்க முடியலை. ஒரே பள்ளம், குண்டு, குழி. வழி நடுவில அம்பாரம் அம்பாரமா கொட்டி வச்ச ஜல்லி. கால் வச்ச எடத்தில எல்லாம், சேறு, பிளாஸ்டிக். ஒரு பக்கம் மூணு நாலு நாய்ங்க, தீட்டான பொம்பளைங்க தூக்கி வீசிய துணிச்சுருளுக்காக அடிச்சிகிட்டுதுங்க. *It's a lunar landscape. Science fiction file* போட்ட *set* மாதிரி இருந்தது. எந்த வீட்டுக்கும் கூரையே கிடையாது. தூண் இல்லை. சுவர் இல்லை. எங்க அப்பாவுடைய வேர்ஹவுஸ்ல பெரிய பெரிய அட்டைப்பெட்டிகளை அங்கங்க விசிறி அடிச்சிருப்பாங்க, அந்தமாதிரி கட்டடங்கள் இருந்தது. ஒரு எடத்துல பாதைக்கு நடுவில தண்ணீர்க்கால்வாய். ஏதோ பைப்லைன் ஒடைஞ்சிட்டுதுபோல. தண்ணி பொங்கிப்பொங்கி வந்துட்டிருந்தது. யாருக்கும் அதைப்பற்றிய அக்கறையே இல்லை. எல்லாத்துக்கும் நடுவில ரோஜாப்பூ நிறத்தில ஒரு கோயில். அதுக்கு பக்கத்திலயே பச்சை நிறத்துல மசூதி. எப்படியோ, அங்க இங்க சுத்தி, அப்படி இப்படி திருப்பி காரை ஓட்டிட்டுப் போனேன். இந்த வட்டாரமே ஒரு காலத்தில கிராமமா இருந்திருக்கலாம்ங்கறதுக்கு சாட்சியா அந்த காலத்திலேருந்து நின்னிட்டிருக்கிற ஒரு அரசமரம்தான் சாட்சி. அதை இன்னும் யாரும் வெட்டலை.

அதுக்கு பக்கத்தில காரை நிறுத்தறதுக்கு கொஞ்சம் இடம் இருந்தது. இறங்கி, விமலாவுக்கு பின்னாலேயே போனோம். வளைஞ்சி வளைஞ்சி போகிற தெருக்களை சுற்றிச்சுற்றி கடைசியில ஒரு வழியா, எங்கயோ ஒரு மூலையில உக்காந்துகொண்டு ஏதோ ஒரு பக்கத்தில முகத்தை திருப்பி பார்த்துட்டிருக்கிறமாதிரி இருக்கிற ஒரு வீட்டுக்கு அவ அழச்சிட்டுப் போனாள்...

(விமலாவும் இரண்டு போலீஸ்காரர்களும் வந்து குணாலோடு சேர்ந்துகொள்கிறார்கள்.)

விமலா: இப்படி வாங்க. முன்னால தெரியுதே, அந்த வீடு இல்லை. அதுக்குப் பின்னால இருக்கிற வீடு. அதுதான் எங்க வீடு.

(அவர்கள் சுற்றுச்சுவர் அருகில் வந்து நிற்கிறார்கள். விமலா அழைக்கிறாள்.)

அக்கா ... அக்கா ...

(பதில் இல்லை. ஹெட் கான்ஸ்டபிள் அவள் அருகில் வந்து நிற்கிறான். நடந்துகொண்டிருக்கும் விஷயங்களுக்கும் தனக்கும் எவ்விதமான சம்பந்தமும் இல்லை என்பதுபோல லேடி கான்ஸ்டபிள் விலகி நின்று வேடிக்கை பார்க்கிறாள்.)

அக்கா ...

கான்ஸ்டபிள்: வீட்டுல யாரும் இருக்கிறமாதிரி தெரியலையே.

விமலா: இருக்கிறாங்க. சமையல்கட்டு ஜன்னல் திறந்திருக்குதே...

(போய் ஜன்னலைத் தட்டுகிறாள். ஒரு பெண் ஜன்னல் வழியாக உற்றுப் பார்க்கிறாள். விமலாவைப் பார்த்தும்கூட, அடையாளம் பிடிபடாததுபோல, உணர்ச்சியற்ற முகத்தோடு குணால், கான்ஸ்டபிள் எல்லோரையும் பார்க்கிறாள். அப்புறம் ஜன்னலுக்குப் பின்னால் மறைந்துபோகிறாள்.)

அக்கா ...

கான்ஸ்டபிள்: *(குரலை உயர்த்தி)* அம்மா ...

பெண்: *(முன்வாசலிலிருந்து வெளியே வந்து)* என்ன? என்ன வேணும்?

கான்ஸ்டபிள்: *(விமலாவைச் சுட்டிக் காட்டி)* அம்மா, இது யாரு, உங்களுக்குத் தெரியுதா?

பெண்: தெரியுது. ஆனால், ஆறுமாசமா இந்தப் பக்கமா அவள் எட்டியே பார்க்கலை.

விமலா: அப்படி ஏன் சொல்ற அக்கா? இது நான் இருக்கிற வீடு இல்லையா?

(பதில் இல்லை. எவ்விதமான உணர்ச்சியையும் வெளிக்காட்டாத தோற்றத்தோடு காணப்படுகிறாள் பெண்)

கான்ஸ்டபிள்: அம்மா, இவங்க இங்க இருக்கறவங்களா? ... இந்த வீட்டுலயே இருக்கிறவங்களா?

பெண்: வீட்டில ஆம்பளை யாரும் இல்லை. அவரு வந்த பிறகு நீங்களே கேளுங்க ...

(மறைந்துவிடுகிறாள். வாசலை மூடிக்கொள்கிறாள்.)

விமலா: அவ என்னுடைய அண்ணி. அண்ணன் மனைவி. நான் இந்த வீட்டுலதான் இருக்கேன்...

(போய் கதவைத் தட்டுகிறாள். 'அக்கா, அக்கா' என்று அழைக்கிறாள். கடைசியில் ஒரு தரம் கதவு திறக்கப்பட்டதும் சட்டென்று உள்ளே புகுந்துவிடுகிறாள். அவர்கள் இருவரும் வெளியே வரக்கூடும் என்று சிறிது நேரம் கான்ஸ்டபிள்கள் காத்திருக்கிறார்கள். பிறகு ஹெட் கான்ஸ்டபிள் லேடி கான்ஸ்டபிளைப் பார்த்து சைகை செய்ததும், அவர் வீட்டுக்குள் நுழைகிறாள். வாசல் கதவு திறந்தே இருக்கிறது. இதனால், அவள் வீட்டை சோதனை போடுவது தெளிவாகத் தெரிகிறது. கான்ஸ்டபிள் எவ்விதமான ஆர்வத்தையும் வெளிக்காட்டாமல் தன் குறிப்பேட்டில் எதையோ குறித்துக்கொள்வதில் மும்முரமாக இருக்கிறான். வீட்டுக்குள் இருந்த பெண் வெளியே வருகிறாள். எந்தக் கேள்வியையும் யாரும் கேட்காத நிலையில் தானாகவே முன்வந்து...)

பெண்: ஆமாம், இவள் என் நாத்தனார். இந்த வீட்டுலதான் இருக்கிறாள்...

கான்ஸ்டபிள்: ஆறு மாசமா இவளை பார்க்கவே இல்லைன்னு சொன்னிங்க.

பெண்: அந்த விஷயத்தையெல்லாம் நீங்க வீட்டு ஆம்பளைங்ககிட்ட கேளுங்க...

கான்ஸ்டபிள்: இந்த வீட்டுல சமையல்கட்டு, பாத்ரூம் தவிர இருக்கிறது ஒரே ஒரு அறைதான். மொத்தத்தில நீங்க மூணு பேரா?

அனலில் வேகும் நகரம்

பெண்: எனக்கு ரெண்டு பிள்ளைங்க இருக்கிறாங்க. பள்ளிக்கூடத்துக்கு போயிருக்காங்க. அவுங்களும் இங்கதான் இருக்கிறாங்க.

(வீட்டுக்குப் பின்பக்கம் செல்கிறாள்.)

விமலா: நான் சமையல் கட்டுலயே பசங்களோடு பசங்களா படுத்துக்குவேன்.

கான்ஸ்டபிள்: *(நம்ப முடியாமல்)* இந்த அளவுக்கு நெருக்கடியான எடத்துலயா?

விமலா: வேறு என்ன செய்யமுடியும்?

கான்ஸ்டபிள்: நீ இங்கே இருப்பது உண்மைன்னா, உன்னுடைய துணிமணிகள், பை, பெட்டி ஏதாவது இருக்கணுமில்லையா?

விமலா: என்னுடைய ரெண்டு மூணு புடவை ஜாக்கெட்டுங்கள துவைச்சி போட்டிருக்கேன்.

(கான்ஸ்டபிள் சுற்றுச்சுவருக்கு அக்கம்பக்கத்தைப் பார்க்கிறார்.)

இங்க இல்லை. இங்க இடம் எங்கே இருக்குது? குணால் வீட்டுலயே துவைச்சி அங்கயே காய போட்டிருக்கேன்.

கான்ஸ்டபிள்: சரி, வேறு பொருள்களாவது இருக்கணுமில்லையா? டிரங்கு பெட்டி, ஹோல்டால், துண்டு. அதெல்லாம்?

விமலா: *(சிரித்தபடி)* ஐயோ, அந்த அளவுக்கு சொத்து பத்துலாம் எங்ககிட் [illegible] ஏதுங்க?

(அவள் எவ்விதமான அச்சமும் இல்லாமல் சிரித்தபடியே பேசுகிறாள். அவள் நடவடிக்கைகள் எல்லாமே நேர்த்தியாக உள்ளன.)

கான்ஸ்டபிள்: சரி, உங்க அண்ணிகிட்டயும் ரெண்டுமூணு கேள்விகள் கேட்கவேண்டியிருக்குது.

விமலா: அக்கா – அக்கா –

(அக்கா காணவில்லை. விமலா வீட்டுக்குள் சென்று எல்லாப் பக்கங்களிலும் தேடிப் பார்த்துவிட்டு வெளியே வருகிறாள்.)

எங்கயோ கடைக்கு போயிருக்கணும்.

கான்ஸ்டபிள்: சொல்லாம கொள்ளாம போயிட்டாங்களா?

விமலா: ஐயோ, நீங்க ஒன்னும் அவள் விஷயமா வரலையே? பாவம், அவளுக்கு நூத்தியெட்டு வீட்டு கஷ்டங்கள் இருக்கும். நான்தான் இருக்கிறேனே, உங்களுக்கு என்ன வேண்டுமென்றாலும் கேளுங்க. எல்லாத்துக்கும் பதில் சொல்றேன் ...

கான்ஸ்டபிள்: *(குணாலிடம்)* போகலாமா?

விமலா: வேணுமின்னா, இன்னும் ஒரு அஞ்சி நிமிஷம் இருங்க. அவள் வந்துருவா.

(கான்ஸ்டபிள் அவள் வார்த்தையைப் பொருட்படுத்தாமல், வெளியேறுகிறார். விமலா வீட்டுக்குள் சென்று கதவை இழுத்துச் சாத்துகிறாள்.)

குணால்: நீங்க அவளை அரெஸ்ட் – கிரெஸ்ட் செய்யலையா?

கான்ஸ்டபிள்: யாரை?

குணால்: விமலாவை. வேணுமின்னா, நான் உங்ககூடயே இருக்கேன்.

கான்ஸ்டபிள்: அரெஸ்ட் செஞ்சி என்ன பிரயோஜனம்? எங்க ஜெயிலில அந்த அளவுக்கு இடம் காலி இல்லையே? கிளம்புங்க போவலாம்.

(காரின் பக்கம் செல்கிறார்கள்.)

இந்த மாதிரி பொம்பளைங்க பெங்களூருல ஏராளமான பேரு இருக்காங்க சார். அவங்க எல்லாரும் எங்க இருப்பாங்களோ, என்ன செய்வாங்களோ, எந்த அளவுக்கு விசாரணை செஞ்சாலும் கைக்கு கிடைக்கவே மாட்டாங்க. அவங்க வாழ்க்கையே தேள்மாதிரி. எங்கயாச்சிம் ஒரு சின்ன கல்லு கிடைச்சா போதும், அதுக்குக் கீழே சுருண்டு மறஞ்சி வாழ்வாங்க. எங்கள ஏதாச்சிம் ஒரு ஆட்டோவுக்குப் பக்கத்தில எறக்கிவிடுங்க. நாங்க, ஆட்டோ பிடிச்சி போயிடறோம்...

(அவர்கள் இருவரும் கிளம்பிச் செல்கிறார்கள். குணால் மொபைலில்...)

குணால்: எனக்கு அதிர்ச்சியாய்ட்டுது நந்திதா. எங்க வீட்டுல ரொம்ப வருஷமா இருந்தவ இந்த விமலா... ரொம்ப தங்கமானவள், நல்லவள்ன்னு நெனச்சிட்டுருந்தோம். ஆனால், அவள் போலீஸ்காரங்க முன்னாலயும் என் முன்னாலயும் அவள் சொன்ன ஒவ்வொரு வார்த்தையும் பொய். அதுமட்டுமில்லை, அது பொய்ன்னு எனக்குத் தெரிஞ்சிட்டுது என்கிற விஷயமும் அவளுக்குத் தெரியும்.

அந்த போலீஸ்காரனுக்கும் தெரியும். என்ன தைரியம்! என்ன ஒரு கற்பனைச் சக்தி! அப்படியே கதையை கட்டிகிட்டே போயிட்டா. *I tell you. She is my heroine. I admire her.* நான் இதுவரைக்கும் இப்படி கூச்சமே இல்லாத, துணிச்சலான ஒரு பொண்ணப் பார்த்ததே இல்லை. என்ன மாதிரி ஒரு *Guts ! How can she live such a life!*

(மொபைலை ஸ்விட்ச் ஆஃப் செய்கிறான். தனக்குத்தானே பேசிக் கொள்கிறான்.)

She is wonderful. I wish I had a girl - friend like her. I think . . . I have fallen in love with her. காதலிச்சா இப்படிப்பட்ட ஒரு பொண்ண காதலிக்கணும். என்ன மாதிரியான ஒரு பெண்! உண்மையான *Heroine.!*

பாகம் : இரண்டு

காட்சி: எட்டு

கரிமங்கல நகரில் ஒரு வீடு

மேடையில் இருள் அடர்ந்திருக்கிறது. வெளிச்சம் படரத் தொடங்கியதும் நமது பார்வையில் முதலில் படுவது சின்னசாமியின் வீடு. பெண்களும் சிறுமிகளும் பகட்டான புடவைகளையும் துணிமணிகளையும் அணிந்துகொண்டு வந்துள்ளார்கள். முத்துவின் மகள் கல்பனா வயதுக்கு வந்ததையொட்டிச் சில சடங்குகள் நடைபெறுகின்றன. மகளை (வயது ஏறத்தாழ பன்னிரண்டு) மனைப்பலகையின்மீது அமரவைத்து, கன்னத்தில் மஞ்சள் தடவி, தலையில் எண்ணெய்யை ஊற்றி, உறவுக்காரப் பெண்கள் அனைவரும் ஒருவரையடுத்து ஒருவராக மூடிய கைகளுடன் அவள் தலையைச் சுற்றி, அவளுக்கு கண்ணேறு கழிக்கிறார்கள். ஒரு சிறுமி ஒரு தமிழ்ப்பாட்டை – ஒரு திரைப்படப்பாடலை – பாடுகிறாள்.

ஆண்கள் திண்ணையில் உட்கார்ந்திருப்பதால் அதிக அளவில் பார்க்க முடிவதில்லை. சின்னசாமியும்

முத்துவின் கணவனான ரவியும் இஸ்திரி போட்ட புஷ் ஷர்ட்டை அணிந்திருக்கிறார்கள். இருவரும் அதே அறையில் சற்றே தொலைவில் உட்கார்ந்திருக்கிறார்கள். கொஞ்சம் மது அருந்தியிருக்கிறார்கள்.

முத்துவின் தாய்: வா சின்னசாமி, இப்ப தாய்மாமா பொண்ண தூக்கிச் சென்று உட்காரவைக்கணும், வா...

(சின்னசாமி உட்கார்ந்த இடத்திலிருந்து எழுவதில்லை. முகம் சுளித்தபடி ஊமையைப்போல உட்கார்ந்திருக்கிறான்.)

வாடா

(பதில் இல்லை. அவள் முத்துவை ஆற்றாமையோடு பார்க்கிறாள். சின்னசாமியின் அருகில் வருகிறாள் முத்து.)

முத்து: வா, அண்ணா. கல்பனாவைத் தூக்கு, வா.

சின்னசாமி: இல்லை, நான் வரமுடியாது. எனக்கும் அவளுக்கும் என்ன சம்பந்தம்? உங்களுக்கும் எனக்கும்தான் என்ன சம்பந்தம்? ஒரு சம்பந்தமும் கிடையாது. உனக்குத் தெரியாதா?

முத்துவின் தாய்: டேய், இந்தமாதிரியான நேரத்தில், அப்படியெல்லாம் பேசக்கூடாது, வா.

சின்னசாமி: *(முணகியபடி)* ஏன் வரணும்? இங்க பாருங்க, கல்பனாவை எப்படி சிங்காரிச்சி வச்சிருக்கிங்க? கல்யாணப் பொண்ணப்போல. இன்னைக்கு நீங்க செஞ்சிருக்கிற செலவுல அவளுடைய கல்யாணத்தையே செஞ்சிடலாம்ன்னு தோனுது. கல்பனாவுக்குப் பதிலா, என் பொண்ணாயிருந்தா இதையெல்லாம் செஞ்சிருப்பிங்களா?

அனலில் வேகும் நகரம்

மனைவி: சும்மா இருங்க நீங்க? இப்ப எதுக்கு எல்லார் முன்னாலயும் அந்தப் பேச்சு? வாங்க.

(மனைவியின் பேச்சு, அவனைச் சத்தமாகப் பேசத் தூண்டுகிறது.)

சின்னசாமி: (சத்தமாக) ஏ! நீ சும்மா இரு. நீ நடுவுல வாய் வைக்கவேணாம். எனக்கும் இவங்களுக்குமே எந்த சம்பந்தமும் இல்லைன்னு சொல்லிட்டிருக்கேன். நீ எதுக்கு நடுவில நுழையிற?

(ஏதோ ஒரு கலவரம் நடைபெற உள்ளது என்கிற சந்தேகத்தோடு அங்கங்கே உட்கார்ந்திருந்த பெண்கள் அனைவரும் எழுந்து நின்று, கிளம்பிச் செல்ல தயாராகிறார்கள்.)

தாய்: இப்படியெல்லாம் ஏன் பேசறே? உன் பொண்ணும் எனக்கு பேத்திதானடா?

சின்னசாமி: *(கேலியோடு)* அப்படியா? இப்பதான் நெனச்சிகிட்டியா? இந்தப் பேத்திக்காக என்ன செஞ்சிருக்கே? ஏதோ ஒரு காலத்தில, நீங்க எல்லோரும் பெங்களூருக்கு போனதோடு சரி. அதுக்குப் பிறகு, இந்த கிராமத்து பேத்தியைப் பற்றி ஒருநாளாவது நெனச்சி பார்த்திருக்கிங்களா? நீங்க அங்க போனதுமே, இங்க நாங்க எல்லோருமே கிராமத்துக்காரங்களா ஆகிட்டோம், அல்லவா? என் பிள்ளைகளுக்காக நீ என்ன செஞ்சிருக்கே?

தாய்: என்னால என்னடா செய்யமுடியும்? நான் பெங்களூரு போனபோது என்னடா இருந்தது என் கையில? எழுதப்படிக்கக்கூடத் தெரியாது. இவர் செத்துட்ட பிறகு, முத்துவை அழச்சிகிட்டு பெங்களூருக்கு போனேன்.

அங்கே அந்த மார்வாடி கடையில கொசுவலை தச்சேன், கர்ட்டன் துணிகள தச்சேன். பெட்ஷீட் தச்சேன். தையல் மிஷின மிதிச்சிமிதிச்சி காலே போயிட்டுது. ஒரு நாளைக்கு எட்டுமணி நேரம், பத்துமணி நேரம்ன்னு நேரம் காலம் பார்க்காம மிதிச்சிமிதிச்சி என்னமோ கொஞ்சம் சேர்த்து வச்சேன். சேத்து வச்சது எதுவும் எங்களுக்குப் போதலை. காலும் போச்சி. பார்த்தால் தெரியலையா?

சின்னசாமி: அந்தப் பழைய புராணக்கதையெல்லாம் எனக்கு வேணாம். எல்லாம் எனக்குத் தெரியும். நான் பெரியவன். பெங்களூருக்கு என்னை அழைத்துக்கொண்டு போகலை. முத்துவை அழைத்துக்கொண்டு போனாய். நான் இருந்தது உன் கண்ணுக்கே தெரியலையா?

தாய்: சிவ சிவா. எதுக்குடா அப்படி குறை சொல்றே? நீ ஆம்பளை புள்ளை. உன் தாத்தாவும் பாட்டியும் உன்னை விட்டுக் கொடுப்பாங்களா? இங்கே, உன் அப்பா செத்துப் போனதுமே, ‘உன்னையும் உன் பொண்ணயும் எங்களால பார்த்துக்க முடியாது, போ’ன்னு சொல்லி என்னயும் முத்துவையும் விட்டைவிட்டு வெளியே அவுங்கதானே அனுப்பினாங்க? அனாதைங்களைப்போல நாங்க அந்த லங்காபுரிக்கு போனோம். அங்கே கார்மெண்ட் கடையில ஒருநாளைக்கு எட்டுமணிநேரம் தையல் மிஷின மிதிச்சி மிதிச்சி, இருந்த காலும் போச்சி. நான் எந்த சுகத்தைக் கண்டேன்? எல்லாம் உன் புள்ளைங்களுக்காக.

சின்னசாமி: என் புள்ளைங்க பத்திய பேச்சை எடுக்கவேணாம், ஜாக்கிரதை. நீ பெங்களூருக்கு போன பிறகு, என் பொண்டாட்டி புள்ளைங்களைப் பத்தி எத்தனை தரம்

நீ நினைச்சிகிட்டே? இந்த ஊருக்கு எத்தனை தரம் வந்திருக்கே, சொல்லு?

தாய்: உன் தாத்தாவும் பாட்டியும் கூப்பிடும்போது வரவேண்டியதுதானே? உன் பிள்ளைங்களுக்கு பெங்களூரைப் பார்க்கணும்ன்னு ஆசை. அதுங்களா கௌம்பி லீவ் நாளில வந்திட்டுதானே இருக்காங்க... அதுங்களை என்னைக்காவது வரவேணாம்ன்னு தடுத்திருக்கோமா?

சின்னசாமி: உனக்கு உன் பெருமையையும் உன் முத்துவுடைய பெருமையையும் ஊர் மெச்ச காட்டிக்கணும்ன்னு ஆசை, இல்லையா? பெங்களூரு ஒய்யாரமெல்லாம் மேலுக்கு மினுக்கிக்கொள்வதுதான். இந்த கிராமத்திலகூட அந்த பெருமையைத்தானே காட்டிக்கிறிங்க? உங்க பெங்களூரு பேத்தி பெருமை.

தாய்: ஏன் அப்படி சொல்றே சின்னசாமி? இந்த பூஜையை இங்க வச்சிக்கலாம்ன்னு எங்களையெல்லாம் இங்க அழச்சிட்டு வந்தது நீதானே?

சின்னசாமி: அதுதான், அதுதான். இந்த கிரமாம்ன்னு ஒன்னு இருக்குதுங்கறத உனக்கு ஞாபகப்படுத்தணும்ன்னுதான் வான்னு அழைச்சேன். முத்துவை அழச்சிகிட்டு பெங்களூருக்கு போனவளுக்கு திரும்பி இங்க வரணும்ன்னு உனக்கு ஏன் தோணவே இல்லை? என் பொண்டாட்டிக்கு ரெண்டு புள்ளைங்க பொறந்தது. ஒரு தரமாவது துணைக்கு நீ வந்து பார்த்துக்கொண்டாயா?

தாய்: *(அழத் தொடங்குகிறாள்.)* ஏன்டா மகனே, அம்மாவை இப்படி பழிச்சி பேசறே? எனக்கு கால்வலி. நடமாடக்கூட

கிரீஷ் கார்னாட்

முடியாது. கொஞ்சம் கஷ்டப்பட்டு நடந்தா, உடனே வீங்கிக்கும். இங்க வந்து என்ன ...

மனைவி: ஐயோ, சொந்தக்காரங்க முன்னால என்னங்க இது ...?

சின்னசாமி: சும்மா இருடி! சும்மா இருன்னு சொன்னா புரியாதா உனக்கு? இன்னும் ஏதாவது பேசினா, அடிதான் விழும். இந்த உலகத்துல என்னையும் என் புள்ளைங்களையும் பரதேசியைப்போல தள்ளி வச்சிட்டா. தன்னுடைய பெங்களூரு பேரப் புள்ளைங்களைமட்டும் தலைமேல உக்கார வச்சி தூக்கிக்கொண்டு ஊர்வலம் போனாள். தாயா இவள்?

(கோபத்தால் அவனால் பேசவும் முடியவில்லை.)

நீ என் அம்மாவா? கிடையவே கிடையாது. நீ பெங்களூரு முத்துவுக்கு அம்மா. கிராமத்தில இருக்கிற என் புள்ளைங்களுக்கு நீ பாட்டி கிடையாது. அரக்கி. எப்ப நீ அவங்களை எடுத்து கொஞ்சியிருக்கே? அவங்க ரத்தத்தை குடின்னா குடிச்சிடுவே. எனக்கு அம்மான்னு சொல்லிக்க உனக்கு வெட்கமா இல்லையா? ... தூ ...

(போய் அவளை அடிக்கத் தொடங்குகிறான். அதுவரைக்கும் பேசாமல் எல்லாவற்றையும் வேடிக்கை பார்த்துக்கொண்டிருந்த முத்துவின் கணவன் ரவி, தாவி வந்து அவனுடைய கையைப் பிடித்துத் தடுக்கிறான்.)

ரவி: ஏய், கொஞ்சமாச்சிம் புத்தி கித்தி இருக்குதா உனக்கு? சாராய போதை தலைக்கு ஏறிடுச்சின்னா, போ அந்தப் பக்கம். போய் அப்படி படுத்துக்கோ ... சும்மா கலாட்டா பண்ணாதே.

சின்னசாமி: போய்யா, எனக்கே புத்தி சொல்ல வந்துட்டாரு, மருமகபிள்ளை. உனக்கு என்னய்யா? உன் மகளுக்கு இங்கிலீஷ் மீடியம் ஸ்கூல்ல படிக்க பணம் யாரு கொடுக்கிறாங்க, எனக்கு தெரியாதா? எங்க புள்ளைங்களுக்கு கன்னட ஸ்கூல்ல சேர்க்கவே வழியில்லை. நீ உன் அத்தையை ஏமாத்தி...

ரவி: ஏ, இன்னும் ஒரு வார்த்தை பேசினா, உன் கதையை இங்கயே முடிச்சிடுவேன். என் பொண்ணு படிப்புச்செல்வ சமாளிக்க தெரியாதவன்னு என்னை நினைச்சிட்டியா?

சின்னசாமி: போடா மூடிகிட்டு அந்தப் பக்கம். உன் பொண்ண...

ரவி: உனக்கு ஒரு தரம் சொன்னா...

(சின்னசாமியைத் தாக்குகிறான் ரவி. அடிக்கிறான்.

கடுமையான சண்டை நடக்கிறது. ரவி சின்னசாமியை நன்றாக அடித்து வேறொரு பக்கத்தில் தள்ளிவிடுகிறான். சுற்றியிருந்தவர்களிடையே பதற்றம் பரவுகிறது. பெண்கள் அனைவரும் வீட்டைவிட்டு வெளியே ஓடுகிறார்கள். சின்னசாமியின் மனைவி வந்து, அவனை வேறொரு பக்கம் அழைத்துக்கொண்டு செல்கிறாள். உறவினர்கள் அனைவரும் மூட்டை முடிச்சுகளை எடுத்துக்கொண்டு புறப்பட்டுச் செல்கிறார்கள்.)

பெண்கள்: *(தாயிடம்)* ஐயோ, பாருங்கம்மா. முப்பது ஆளுங்களுக்கு சமையல் செஞ்சோம். யாரும் சாப்பாட்டை தொடவே இல்லை. அப்படியே கிளம்பிப் போறாங்க. எல்லா சமையலும் வீண். நீங்களாவது சாப்பிடுங்க.

கிரிஷ் கார்னாட்

முத்து: கிளம்பும்மா, நாமும் பெங்களூருக்கு கிளம்பிடலாம். இனிமேல பெங்களூரு உண்டு, நாம உண்டு, அவ்வளவுதான். செத்தாலும் நான் இனிமேல இந்த ஊருக்குள்ள கால் வைக்கமாட்டேன். வா அம்மா. வா கல்பனா. *(கணவனிடம்)* என்னங்க, எழுந்து வாங்க.

காட்சி: ஒன்பது

ஒரு புறநகர்ப் பகுதி அதில் கூரை எதுவும் இல்லாத ஒரு வீடு.

(குணால் அங்கே உட்கார்ந்திருக்கிறான். யாரையோ எதிர்பார்த்துக் காத்திருக்கிறான். சிறிது நேரத்துக்குப் பிறகு விமலா ஸ்கூட்டரில் வந்து சேர்கிறாள். குணாலைப் பார்த்துவிட்டு இறங்குகிறாள்.)

விமலா: ஐயோ குணால், இங்க என்ன செய்யறிங்க?

குணால்: உன்னைத்தான் தேடிட்டு வந்தேன்.

விமலா: எவ்வளவு நேரமாச்சி? இந்த அட்ரஸ் எப்படி கிடைச்சது?

குணால்: உன் அண்ணி இருக்கிறாளே ...

விமலா: *(ஆச்சரியத்தோடு)* ஐயோ, அவளுக்குத் தெரிஞ்சிருந்ததா?

குணால்: உண்மையை சொல்லணும்ன்னா, உன் அட்ரஸ கொடுத்தவ உன் அண்ணி கிடையாது. சரோஜம்மா. நீ சங்கிலியை திருடிட்டேன்னு புகார் கொடுத்தாளே, அவள்.

(விமலா அச்சத்தில் மூழ்கியவளைப்போல காணப்படுகிறாள்.)

விமலா: ஐயோ, அவளா? அவளுக்கு இந்த அட்ரெஸ் தெரிஞ்சிருக்குதா?

குணால்: ஹ்ம்... நான் கேட்டதுமே எடுத்துக் கொடுத்தாள். 'அவள் மேல இன்னும் கண்ண வச்சிருக்கேன். என்னைக்கா இருந்தாலும் அவள் என்னிடமிருந்து தப்பிக்க முடியாதுன்னு சொல்'ன்னு அழுத்தம் திருத்தமா சொல்லி அனுப்பினா.

விமலா: ஐயோ, எப்படிப்பட்ட மோசமான பெண்.

குணால்: ஸ்கூட்டர் உன்னுடையதா?

விமலா: *(கவலையோடு)* ஆ? என்ன? ஸ்கூட்டரா? ஐயோ, எனக்கு எங்கேயிருந்து கிடைக்க போவுது ஸ்கூட்டர்? என் சித்தப்பா பையனுடையது. ஊருக்கு போயிருக்கான். ரெண்டுநாள் என்னிடம் இருக்கட்டும்ன்னு விட்டுட்டு போயிருக்கான். அவ்வளவுதான்...

குணால்: அன்னைக்கு, உன் அண்ணி வீட்டுக்குப் போன பிறகு, திடீர்னு ஏன் காணாம போயிட்டே? அம்மா உனக்காக அடுத்த நாள் முழுக்க எதிர்பார்த்திட்டிருந்தாங்க. நீ இல்லாத அந்த சமையலறை சமையலறையாகவே இல்லை.

விமலா: யார் சமைக்கிறாங்க?

குணால்: ஒரு மலையாள அம்மா வராங்க. தற்காலிகமா.

விமலா: அந்த போலீஸ்காரங்க ஒரு தரம் கண் வச்சிட்டாங்கன்னா, தேடறோம்ன்னு சாக்கு வச்சிகிட்டு, தினமும் மறுபடியும் மறுபடியும் வருவாங்க. அக்கம்பக்கத்தில இருக்கிறவங்க எல்லாரும் பார்த்து பேசிக்கிற மாதிரி கஷ்டம் கொடுத்துட்டே இருப்பாங்க...

கிரீஷ் கார்னாட்

குணால்: அப்பாகிட்ட சொல்லி, அதை சமாளிச்சிருக்கலாம். அப்பாவுக்கு போலீஸ் துறையில நிறைய பேரத் தெரியும். அதைப்பற்றி நீ கவலைப்படத் தேவையில்லை.

விமலா: என்னால உங்களுக்கு கெட்ட பேர் வரக்கூடாது.

குணால்: அதெல்லாம் வராது. இப்ப நான் சொல்றதை கேள். நாளையிலிருந்து நீ எங்க வீட்டுக்கு வேலைக்கு வா...

(ஆட்டோ ரிக்ஷா வந்து நிற்கிற சத்தம். இருவரும் திரும்பி ஆட்டோவின் பக்கம் பார்க்கிறார்கள். ஒரு இளைஞன் ஆட்டோ ஓட்டுபவரைப்போல ஆடை அணிந்துகொண்டு வருகிறான். குணாலை சந்தேகத்தோடு பார்த்தபடி வீட்டுக்குள் செல்கிறான்.)

வரியா?

விமலா: தெரியாது. இங்க நிலைமை எப்படி இருக்குது பாரு...

குணால்: ஏன்? நாங்க ஒன்னும் உன் மீது திருட்டுக்குற்றம் சுமத்தலையே? நீ வருவது உறுதியா இருந்தா, நான் அம்மாவிடம் சொல்றேன்...

விமலா: ஐயோ, இங்க வந்து என்னோடு பேசிட்டிருந்த விஷயத்தைப் பற்றி சொல்றீங்களா? தயவுசெய்து வேணாம். நீங்க இங்க வந்தது தெரிஞ்சிதுன்னா, அதுக்கு இன்னொரு அர்த்தம் பொறந்திடும்...

குணால்: என்ன அர்த்தம்? நான் இந்தப் பகல் வேளையில உன்னை எல்லார் முன்னாலயும் சந்திச்சி உன்னோடு பேசறதில என்ன அர்த்தத்தை உருவாக்கிட முடியும்?

விமலா: நீங்க இப்படியெல்லாம் கேக்கறிங்கன்னா, உங்களுக்கு அதெல்லாம் புரியலைன்னுதான் அர்த்தம். தயவுசெய்து, நீங்க இங்க வந்து என்னைப் பார்த்திங்க என்கிற விஷயத்தை மேடம்கிட்ட சொல்லாதீங்க.

குணால்: அம்மாவே சொல்லியனுப்பினா வருவியா?

(ஆட்டோவை ஓட்டுகிற இளைஞன் வீட்டிலிருந்து வெளியே வந்து, பேச்சே இல்லாமல் இருவரையும் பார்த்தபடி நிற்கிறான்.)

விமலா: நானே மேடமுக்கு ஃபோன் பண்ணி சொல்றேன். இன்னைக்கு சாயங்காலம். இல்லைன்னா நாளைக்கு காலையில ஃபோன் பண்றேன். ஆனால் குணால், இந்த வீட்டு அட்ரஸ யாருக்கும் தயவுசெஞ்சி கொடுக்கவேணாம். வீட்டை மாற்றி மாற்றி போதும்போதும்னாய்டுச்சி. மறுபடியும் அந்த பிரச்சினையே வேணாம்...

குணால்: சரி. *(ஆட்டோ இளைஞனிடம்)* வணக்கம். நான் குணால். விமலா என்னைப் பற்றி சொல்லியிருக்கும்...

(ஆட்டோ இளைஞன் பேச்சே இல்லாமல் பார்த்துக்கொண்டே நிற்கிறான்.)

விமலா: அவன்... என் அண்ணன்...

குணால்: *(சிரித்தபடி)* வரேன்...

(புறப்பட்டுச் செல்கிறான்.)

இளைஞன்: உயிரை எடுக்கிறாங்க. அவன் இன்னொரு தரம் வந்தா...

விமலா: நீ ஒன்னும் கவலைப்படவேணாம். வா உள்ளே.

காட்சி: பத்து

விப்ரோ நிறுவனத்தின் வரவேற்புத்திரை

(பிரபாகர் சூட், பூட், டை அணிந்தபடி வரவேற்பாளருடன் பேசிக்கொண்டிருக்கிறான்.)

பிரபாகர்: குட் மார்னிங்.

வரவேற்பாளர்: குட் மார்னிங்.

பிரபாகர்: என்னுடைய பெயர் பிரபாகர் தேலங். இன்னைக்கு இங்கே எனக்கு இன்டர்வியு இருக்குது.

வரவேற்பாளர்: *(கணிப்பொறியின் விசைப்பலகையில் தட்டியபடி)* யாரோடு?

பிரபாகர்: மிஸ்டர் ஏ.கே.கோபாலகிருஷ்ணன் ...

வரவேற்பாளர்: *(அதிர்ச்சியோடு)* கோபாலகிருஷ்ணன்? அப்படியா? அவர் ஆபீஸ்ல இல்லை. இந்தியாவில் இருக்கிறாரோ இல்லையோ, தெரியலை. ஏனென்றால், அவருடைய பி.ஏ.கூட இன்னைக்கு லீவ் எடுத்திருக்காங்க. எங்கே, அப்பாய்ண்ட்மெண்ட் லெட்டர காட்டுங்க.

பிரபாகர்: *(கடிதத்தை எடுத்துக் கொடுத்தபடி)* நேரிடையா அவருடைய கடிதம் கிடையாது. மிஸெஸ் பாப்ஸ் ஐயர் – ஸாரி, ராஜலட்சுமி ஐயர் – எழுதியது. இங்க பாருங்க ...

வரவேற்பாளர்: ஆனால், ராஜலட்சுமி ஐயர்ன்னு யாருமே எங்க ஸ்டாப்ஃ பட்டியலிலேயே இல்லை. இந்த ஆஃபீஸ்லயும் இல்லை.

பிரபாகர்: இல்லை, இல்லை. ராஜலட்சுமி ஐயர் விப்ரோவில இல்லை. அவர் அஜீம் பிரேம்ஜிக்கு ஃபிரெண்ட், அவ்வளவுதான். இன்னைக்கு, இங்க வந்து ஏ.கே.கோபாலகிருஷ்ணன் சாரை நான் பார்க்கணும்ன்னு அஜீம் பிரேம்ஜி சார் ராஜலட்சுமியிடம் சொல்லியிருக்காங்க. அதெல்லாம் அந்த கடிதத்தில எழுதியிருக்குது . . .

வரவேற்பாளர்: ஆனால், இது இப்ப அஜீம் பிரேம்ஜி ஆபீஸ் கிடையாது. அவர் . . .

பிரபாகர்: அது எனக்குத் தெரியும். ஆனால், அவர் ஏ.கே. கோபாலகிருஷ்ணன் சார்கிட்ட சொல்லியிருக்கறாராம். சிங்கப்பூர்ல புதுசா விப்ரோ ஆபீஸ் திறக்கப்போறாங்க இல்லையா. அதில் ரீஜினல் மானேஜர் போஸ்ட்டுக்கு . . .

வரவேற்பாளர்: ஸாரி ஸார். மன்னிக்கணும். எனக்கு அதெல்லாம் தெரியாது. நான் வெறும் ரிசெப்ஷனிஸ்ட், அவ்வளவுதான்.

பிரபாகர்: அதனாலதான் . . . அதனாலதான் விளக்கமா சொல்லிட்டிருக்கேன். சிங்கப்பூர்ல புது விப்ரோ ஆபீஸ்ல ரீஜினல் மானேஜர் போஸ்ட்டுக்கு என்னை தேர்ந் தெடுத்திருக்காங்க. அது தொடர்பா ராஜலட்சுமி ஐயர் சொன்னாங்க, மிஸ்டர் கோபாலகிருஷ்ணன் சார் ஒருதரம் என்னைப் பார்த்து . . .

வரவேற்பாளர்: ஸாரி ஸார். உங்களுக்கு இன்டர்வியு இருக்கிறபட்சத்தில் என்னுடைய ஷெட்யூல்ல இருந்திருக்கணும். இல்லையே, நான் என்ன செய்யமுடியும்?

பிரபாகர்: *(பீதியுடன்)* அப்படி சொல்லாதீங்க. இது ரொம்ப இம்பார்ட்டண்ட் மேட்டர். *A matter of life and* ……… நான்

இந்த வேலைக்காக, என்னுடைய பர்மனெண்ட் வேலைக்கு ராஜினாமா கொடுத்துட்டு வந்திருக்கேன். ரெண்டு மாச வாடகை அட்வான்ஸ் நஷ்டத்த ஏத்துகிட்டு வீட்டை காலி பண்ணி பொண்டாட்டி புள்ளைய ஊருக்கு அனுப்பி வச்சிட்டேன். ப்ளீஸ், ஹெல்ப் மி...

வரவேற்பாளர்: என்னால முடிஞ்சத நான் செய்றேன். நான் இருக்கறதே அதுக்காகத்தான். ஆனால், மிஸ்டர் கோபாலகிருஷ்ணன் ஊரிலேயே இல்லையே. சீக்கிரமா வரக்கூடிய வாய்ப்பும் குறைவு. உங்களிடம் அப்பாய்ன்ட்மென்ட்டும் கிடையாது. என்னை என்ன பண்ண சொல்றிங்க?

பிரபாகர்: ப்ளீஸ். இது வெறும் என் வேலையைப் பற்றிய விஷயம் மட்டுமில்லை. என் வாழ்க்கைப்பிரச்சினை. என் எதிர்காலமே இந்த இண்டர்வியூவை நம்பித்தான் இருக்குது. ப்ளீஸ், அன்டர்ஸ்டான்ட் த சிச்சுவேஷன்... நான்... நான் இருந்த வேலையை ரிசைன் பண்ணிட்டு...

(பிரபாகர் ஆவேசமுறுவதைக் கண்டு வரவேற்பாளராக இருக்கும் பெண் ஒரு பட்டனை அழுத்துகிறாள். ஒரு செக்யூரிட்டி கார்ட் வந்து, தொலைவிலிருந்தே பிரபாகரைப் பார்த்தபடி தயாராக நிற்கிறான். அவனைக் கவனித்த பிரபாகர் சிரித்தபடி)

நீங்க செக்யூரிட்டியை அழைக்கவேண்டிய அவசியமே இல்லை. நான் ஹிஸ்டீரிகலாகி உங்களை தாக்க நினைக்கமாட்டேன். ஆனால், என் நிலைமையைப் புரிஞ்சிக்குங்க. மிஸ்டர் கோபாலகிருஷ்ணன் இல்லைன்னா, நான் வேறு யார்கூட பேசலாம்? அஜீம் பிரேம்ஜி... அவருடைய ஃபோன் நெம்பர்...

வரவேற்பாளர்: அவர் நெம்பர் என்னிடம் இருக்குது. ஆனால், அவரை அழைக்கிற உரிமை எனக்கு இல்லை ...

பிரபாகர்: *(நடுங்கியபடி) you see, my whole life ... I have borrowed money against this appointment.* நான் ரொம்ப கடன் வாங்கிட்டேன். ம். கொஞ்சம் இருங்க, மிஸெஸ் ஐயரையே கூப்பிடுகிறேன். *(மொபைலில் எண்களை அழுத்திவிட்டு காத்திருக்கிறான்.)* ஹலோ, ஆ ... பாப்ஸ் ...! *Thank God. You are there. What a relief!* நான் ரொம்ப பயந்து நடுங்கி போயிட்டேன். நான் ... எலெக்ட்ரானிக் சிட்டியில இருக்கேன். ஆமாம், விப்ரோ ஆபீஸ்ல. ... அதுதான், அதுதான் ... என்னமோ ... இல்லை, இன்னும் இன்டர்வியூ எடுக்கலை. *That's it.* ப்ராப்ளெம் என்னன்னு எனக்கும் புரியலை. *The receptionist says she has no information.* அவங்ககூட கொஞ்சம் பேசறிங்களா ?

(வரவேற்பாளரிடம் போனைக் கொடுக்கிறான்.)

மிஸெஸ் ராஜலட்சுமி ஐயர். பேசறிங்களா ? ப்ளீஸ் ...

வரவேற்பாளர்: *(மொபைலில்)* ஆமாம் மேடம், ம் ம், அவர் அதையெல்லாம் சொன்னாரு. ஆனால், என்னிடம் இதுபற்றி ஒரு தகவலும் கிடையாது ... அவரும் ஊரில இல்லை. *(சில கணங்களுக்குப் பிறகு)* ப்ளீஸ் மேடம், சத்தம் போடவேணாம். நான் உங்களிடம் பேசவேண்டிய அவசியமே இல்லை. நான் என் டூட்டியை செய்றேன். நீங்க ...

(பாதியிலேயே பேச்சை நிறுத்திவிட்டு, மொபைலை பிரபாகரிடம் திருப்பிக் கொடுக்கிறாள். கோபத்தோடு தன்

கணிப்பொறியின் பக்கம் பார்வையைத் திருப்புகிறாள். பிரபாகர் சில கணங்கள் கழித்து...)

பிரபாகர்: நான் என்ன செய்யணும் பாப்ஸ்? சரி சரி, வெய்ட் பண்றேன். *(வரவேற்பாளரிடம்)* அவங்க மிஸ்டர் பிரேம்ஜியிடம் பேசறாங்களாம். பேசிட்டு உங்ககிட்ட பேசறாங்களாம்...

வரவேற்பாளர்: சரி, நீங்க அங்கே போய் உக்காருங்க.

(பிரபாகர் மூலையில் சென்று உட்கார்ந்ததும்) நான் சொல்றேன்னு தப்பா நெனைச்சிக்காதீங்க. நான் இங்கே வேலை செய்ய ஆரம்பிச்ச காலத்திலேருந்து, எந்த ஒரு வேலைக்கும் அஜீம் பிரேம்ஜி தன்னுடன் இருக்கிறவர்கள் யாருக்கும் தனிப்பட்ட வகையில சிபாரிசு செஞ்சதை நான் பார்த்ததே இல்லை. தகுதியின் அடிப்படையிலதான் இங்கே தேர்வுமுறை நடக்குது. அதற்காகவே ஒரு ப்ரொசீஜர் இருக்குது. அதில் பங்கெடுத்துக்கிறவங்களும்...

பிரபாகர்: *(ஆச்சரியத்தோடு)* ஆனா, என் தகுதியை சரியா செக் பண்ணிட்டபிறகுதான் இங்க போகச் சொன்னாங்க...

(வரவேற்பாளராக இருக்கும் பெண் தோள்களைக் குலுக்கிவிட்டு, தன் வேலையில் மூழ்கிவிடுகிறாள். உட்கார்ந்த இடத்திலேயே பைத்தியம் பிடித்ததைப்போல, தனக்குள்ளாகவே பாதியும் அவளைப் பார்த்தபடி பாதியுமாக பேசிக்கொள்கிறான் பிரபாகர்.)

கடவுளே, என்ன பயங்கரம் இது! எழுபதாயிரம் ரூபாய் கடன், அது மட்டுமில்லாம...

அனலில் வேகும் நகரம்

(வரவேற்பாளர் அவனைப் பொருட்படுத்தாமல் போனில் பேசத் தொடங்குகிறாள். பிரபாகர் மொபைலில் எண்களை அழுத்துகிறான். அது நிரந்தரமாக பிசியாகவே இருப்பதைப் புரிந்துகொள்ளமுடிகிறது. கடைசியில் இடிந்துபோய், உட்கார்ந்த இடத்திலேயே பலவீனமாக உட்கார்கிறான்.)

காட்சி: பதினொன்று

(அஞ்சனா வீடு. கூடம். ஒரு மொபைல் சோஃபாமீது விழுந்து கிடக்கிறது. மொபைல் மணி ஒலிக்கத் தொடங்குகிறது. அதை யாரும் எடுப்பதில்லை. அதற்குப் பிறகு, உள்ளேயிருந்து முத்து ஓடிவந்து அதை எடுக்கிறாள். அஞ்சனாவுக்காக அங்குமிங்கும் பார்க்கிறாள். அவள் தோட்டத்தில் இருப்பதைப் பார்த்துவிட்டு)

முத்து: மேடம், மேடம்... *(முன்வாசல் பக்கமாகச் சென்று)* மேடம், உங்க மொபைல்...

(அஞ்சனா கண்ணீரைத் துடைத்தபடி தோட்டத்திலிருந்து உள்ளே வருகிறாள். மொபைலை வாங்கிக்கொள்கிறாள்.)

அஞ்சனா: *(மொபைலில்)* யார்? விமலா?... எங்க இருக்கே?

(விமலாவின் பெயரைக் கேட்டதுமே, உள்ளே செல்லவிருந்த முத்து வாசலிலேயே நின்று பேசுவதைக் கேட்கிறாள்.) எங்கே திடீர்னு காணாம போயிட்ட? ஏன்? ஐயோ... அதுவரைக்கும் நான் என்ன செய்யறது?... கடவுளே! அதுக்கப்புறமாவது ஒழுங்கா வா... ஒன்னுமில்லை. கொஞ்சம் சளி...

(மொபைலை நிறுத்திவிட்டு அழைக்கிறாள்.)

முத்து ... முத்து ...

முத்து: மேடம் ...

அஞ்சனா: முத்து, விமலா போன் பண்ணினாள். அவள் இன்னும் ஒரு எட்டு நாளைக்கு வரமாட்டாளாம். ஊருக்குப் போகணுமாம். இப்படி திடுதிப்புனு விட்டுட்டு போயிட்டா, இங்க நம்ம சமையல் வேலைகளையெல்லாம் யார் பார்த்துக்கிறது? அங்கே கருணாஸ்ரமத்திலயும் இந்த வாரம் முழுக்க இடமே கிடையாது. கடைசி நேரத்தில வரமுடியாதுன்னு சொன்னா, அந்த நர்ஸ்ங்களும் என்ன செய்வாங்க? ... எட்டு வருஷத்தில ஒருநாள் கூட தவறியதே இல்லை ...

(முத்து எதையோ சொல்வதற்காக, வாயைத் திறந்து, பிறகு அமைதியாக நின்றுவிடுகிறாள்.)

அத்தனை நாளும் ஷாலினியால வரமுடியுமான்னு கேக்கணும். வந்திருக்காளா?

முத்து: ஷாலினி அக்கா வரலை. இப்பதான் போன் பண்ணினா. அவள் மகனுக்கு உடம்பு சரியில்லையாம். இன்னும் ரெண்டுமூணு நாளுக்கு வரமுடியாதாம் ...

அஞ்சனா: ஐயோ, இப்ப என்ன செய்யறது? தினமும், அந்த கடையிலிருந்து சாப்பாடு வரவழைச்சி சாப்பிடறதுங்கறது முடியாத காரியம் ...

முத்து: மேடம்.

அஞ்சனா: என்ன?

முத்து: எனக்கு சமைக்கத் தெரியும்.

அஞ்சனா: அப்படியா? நீ ஒருநாளும் சொன்னதே இல்லையே!

முத்து: 'உன் வேலைய நீ பார். அதிகமா பேசவேணாம்'ன்னு விமலா அக்கா சொல்வாங்க...

அஞ்சனா: அப்படின்னா, அவ திரும்பிவருகிற வரைக்கும் ஒரு நாலு நாளைக்கு நீ சமைக்கிறாயா? இனிப்புப்பொங்கல் எதுவும் செய்யவேணாம்.

முத்து: செய்வேன் மேடம், அதுமட்டுமில்லை, நாங்க முதலியார் ...

அஞ்சனா: ஐயோ, கடவுளே. எனக்கு உன் சாதியெல்லாம் வேணாம். சோறு – குழம்பு வைக்கத் தெரியுமா, சொல்லு.

(முத்து தெரியும் என்பதன் அடையாளமாகத் தலையசைக்கிறாள்.)

அப்படின்னா சரி. சாதாரணமான சாப்பாடு போதும். இவரும் ஊரில இல்லை. குணால் வெளியே பிசா ஹட்ல திரியறவன். இருப்பது நான் மட்டும்தான்... அம்மா அவுங்களுக்குத் தேவையானதை அவங்களே எடுத்து சமைச்சிக்குவாங்க. எல்லாம் உனக்குத் தெரியும்தானே...

முத்து: தெரியும் அம்மா.

அஞ்சனா: அப்படின்னா சரி. இன்னைக்கு லஞ்சுக்கு ஏதாச்சிம் சமைச்சி பேக் பண்ணி கொடு. விமலா வாங்கிவச்ச பலசரக்கு சாமானுங்க இருக்கணும். உனக்கு ஏதாவது வேணும்ன்னா எங்கிட்ட சொல்லு...

(முத்து நின்ற இடத்திலேயே நின்றிருக்கிறாள்.)

அஞ்சனா: ம், போ. ஏன் நின்னுட்டிருக்கே?

முத்து: *(அடங்கிய குரலில்)* மேடம், கேஸ் இல்லை.

அஞ்சனா: கேஸ் இல்லையா? அது எப்படி? நாலு சிலிண்டர்ங்க வாங்கி வச்சிருந்தேனே...

முத்து: *(அடங்கிய குரலில்)* இப்ப வீட்டுல ரெண்டுதாம்மா இருக்குது. அதுவும் காலி...

அஞ்சனா: ரெண்டா? அது எப்படி? கண்டிப்பா நாலு இருக்கணும்... வா, பார்க்கலாம். *(உள்ளே செல்கிறாள்.)*

முத்து: ரெண்டு சிலிண்டர்ங்களை விமலாக்கா மேனன் வீட்டுக்குக் கொடுத்திருக்காங்க.

அஞ்சனா: மேனன்? அது யாரு மேனன்?

முத்து: பக்கத்து வீட்டுல வந்திருக்காங்க. அவங்களுக்கு இன்னும் அவங்களுடைய சிலிண்டர் வரலையாம். நம்முடைய ரெண்டு சிலிண்டர்ங்களை வாங்கிட்டு போயிருக்காங்க. நம்ம சிலிண்டர் காலியாகி, புது சிலிண்டர்ங்க வருவதில் ஏதாவது தாமதம் உண்டானால், உடனடியா திருப்பிக் கொடுத்திருவோம்ன்னு சொல்லியிருக்காங்க...

அஞ்சனா: *(நம்பமுடியாமல்)* அப்படின்னா? என்னிடம் சொல்லாம கொள்ளாம ரெண்டு சிலிண்டர்ங்களை எடுத்து அவங்களுக்கு கொடுத்துட்டாளா? *(பதில் இல்லை)* அதுக்காக அவங்ககிட்டேருந்து பணம் வாங்கிக்கறாளா விமலா?

முத்து: எனக்குத் தெரியாதும்மா ...

அஞ்சனா: அப்பா, நான் இவ்வளவு சம்பளம் கொடுக்கறேன். ஆனாலும் இப்படி ஒரு காரியம் நடந்திருக்குதா? என்னையிலேருந்து நடக்குது இது?

முத்து: தெரியாதும்மா ... ஆனால், மேனன் அந்த வீட்டுக்கு வந்த பிறகு ரெண்டு சிலிண்டர் எடுத்துட்டு போயிருக்காங்க. ஆறேழு மாசம் ஆகியிருக்கும் ...

அஞ்சனா: ஐயோ கடவுளே ... முத்து ... உடனே அவங்க வீட்டுக்கு போ. நம்ம சிலிண்டர்ங்களை நமக்குத் திருப்பிக்கொடுக்கணும்ன்னு சொல். *(முத்து தரையைப் பார்த்தபடி தலைகுனிந்து நிற்கிறாள்.)* ம், போ!

முத்து: அம்மா, நம்முடைய மிக்ஸி இருக்குதே, அதையும் கேட்டு வாங்கியாந்துடட்டுமாம்மா?

அஞ்சனா: எது?

முத்து: நம்ம மிக்ஸி சரியா வேலை செய்யலை. அவங்ககிட்ட கொடுத்ததை அவங்களே ரிப்பேர் செஞ்சி வச்சிகிட்டாங்க. நம்முடைய இன்னொரு மைக்ரோவேவ் கூட அவங்ககிட்டதான் இருக்குது. அதையும் ...

அஞ்சனா: *(திகிலடைந்து)* இன்னும் என்னென்ன நம்ம சாமானுங்க அவங்ககிட்ட இருக்குது?

முத்து: இன்னும் ஒரு டோஸ்டர் இருக்கணும், ஆனால் அது ரொம்ப பழையது. அது ஒன்னும் அவசியம் கிடையாது. நம்மகிட்ட இருப்பது நல்லா இருக்குது. புதுசு.

அஞ்சனா: அப்புறம் ஃப்ரிஜ்? அதாவது இருக்குதா? அதயும் வாடகைக்கு கொடுத்துட்டாளா?

முத்து: *(புன்னகைத்தபடி)* இல்லைம்மா, எடை ரொம்ப அதிகம் அதுக்கு.

அஞ்சனா: போ, போய் நம்ம பொருள்களை திருப்பி வாங்கிகிட்டு வா. இந்த மாதிரியான விஷயங்கள் இந்த வீட்டுல நாங்க இருக்கும்போதே நடந்திருக்குதா? கடவுளே ... போ ...

(முகம், கழுத்து, கண்களைத் துடைத்துக்கொள்கிறாள். முத்து உள்ளே செல்லும்போது, வாசல்கதவு அருகில் நிற்கிறாள்.)

முத்து: மேடம் ...

அஞ்சனா: என்ன ...?

முத்து: *(இரக்கத்துடன்)* ஏதாச்சிம் கெட்ட செய்தியா?

அஞ்சனா: ஏன் ...? எதுக்கு?

(இரண்டு விரல்களால் கண்ணீர் வழிவதைச் சுட்டிக் காட்டுகிறாள்...)

அஞ்சனா: ஓ! அங்கே, நம்ம வீட்டுக்கு வெளியே மரத்தை வெட்டி உருட்டி விட்டுட்டாங்க முத்து. பார்க்கவே முடியலை. பார்க்கப்பார்க்க வயிறே கலங்கறமாதிரி இருக்குது.

(மீண்டும் பொங்கிவரும் கண்ணீரைத் துடைத்தபடி உள்ளே செல்கிறாள். முத்துவும் இவ்வளவுதானா என்றபடி சமையலறைக்குள் செல்கிறாள்.)

காட்சி: பன்னிரண்டு

குதிரைப்பந்தய மைதானம்

(பந்தயம் தொடங்கவிருக்கிறது. அனுசுயா அம்மாள், சுந்தரராஜன்.)

அனுசுயா அம்மாள்: இன்னொரு தரம் சொல்லுங்க. எந்தெந்த குதிரைமேல பந்தயம் கட்டணும்ன்னு முடிவெடுத்திருந்தோம்?

சுந்தரராஜன்: மூணாம் நெம்பர் மேல வின், ப்ளேஸ். அப்புறம் அஞ்சாம் நெம்பர், எட்டாம் நெம்பர், பதினொன்னாம் நெம்பர் எல்லாமே செகண்ட் ப்ளேஸ்.

அனுசுயா அம்மாள்: மூணாம் நெம்பர்மேலயா வின் கட்டியிருக்கோம் . . . எட்டாம் நெம்பருக்கும் வின் போட்டுடலாமா? எட்டாம் நெம்பர் ஹைதராபாத்துல ரெண்டு தரம் ஜெயிச்சி வந்திருக்கும். ஆனால், மூணாம் நெம்பர் என்னமோ ... ஏன் சும்மா இருக்கறிங்க?

சுந்தரராஜன்: நான் எதையும் சொல்லமாட்டேம்மா. இப்ப கேப்பீங்க. அப்புறம் வேற குதிரை ஜெயிச்சி வந்துட்டுதுன்னா திட்டுவிங்க. எனக்கு அந்த தொல்லையே வேணாம் ...

அனுசுயா அம்மாள்: *(குறிப்பேட்டைப் பார்த்தபடி)* ஏ ஏ ஏ இங்க பாருங்க. ஃப்ளாஷ் ஃபாஸ்ட். இதும் அப்பா குதிரை குப்ளாகான். அம்மா பேரு ஸேரிங்கெட்டி குயின். நான் பார்த்ததே இல்லை. இப்படிப்பட்ட தகவல்களையெல்லாம் எவ்வளவு சின்ன எழுத்துல போட்டுடறாங்க. ஸேரிங்கெட்டின்னா கென்யாவில

இருக்கக்கூடிய ஒரு பூங்கா. சுந்தரராஜன், என் பொண்ணு லீனா இப்ப தன்னுடைய புருஷனோடு கென்யாவிலதான் இருக்கிறா. அவங்க எல்லாரும் இப்பதான் ஸேரிங்கெட்டிக்கு பிக்னிக் போய் வந்தாங்களாம்... அப்படின்னு கடிதம் போட்டிருந்தாள். நேத்துதான் வந்தது. என்ன ஒரு ஒற்றுமை பார். அவள் கடிதத்தில எழுதியிருந்த பேரே இங்க வரணும்ன்னு சொன்னா. லக்கி.

(ஆர்வமும் வேகமுமாக) ரேஸ் ஆரம்பிக்க இன்னும் எவ்வளவு நேரம் இருக்குது சுந்தரராஜன்?

சுந்தரராஜன்: இன்னும் மூணு நிமிஷம்தான்மா. அங்க ஒம்பதாம் நெம்பர் குதிரை பாக்ஸ் உள்ளே போக முயற்சி செய்யுது பாருங்க.

அனுசுயா அம்மாள்: ஒரு வேலை செய்யுங்க சுந்தரராஜன். ஓடி போய், இந்த ப்ளாஷ் பாஸ்ட் மேல இருபதாயிரம் ரூபா கட்டுங்க, வின்.

சுந்தரராஜன்: இருபதாயிரமா?

அனுசுயா அம்மாள்: ம். ஓடுங்க. ஸேரிங்கெட்டி குயினுடைய பையன். ப்ஃளாஷ் பாஸ்ட். என் பொண்ணு இருக்கக்கூடிய ஊரு அது. ஸேரிங்கெட்டி! நாலாம் நெம்பர்.

சுந்தரராஜன்: ஆனால், அதனுடைய ஆட்ஸ் பாருங்க அம்மா. அது ஜெயிப்பது சாத்தியமே இல்லை. இருபதாயிரம் வேணாம். ஒரு ப்ளேஸ்...

அனுசுயா அம்மாள்: நான் சொல்றபடி செய்ங்கப்பா. நாளையிலேருந்து பந்தயமே இல்லை. இதுதான்

கடைசி பந்தயம். நமக்கு இருப்பதெல்லாம் இந்த ஒரு வாய்ப்புமட்டும்தான். போங்க. வின். வின். நாலாம் நெம்பர். இருபதாயிரம் ரூபா.

சுந்தரராஜன்: அம்மா ...

அனுசுயா அம்மாள்: *(சத்தமாக)* போறீங்களா, இல்லையா?

சுந்தரராஜன்: சரி.

(புக்கிங் ஜன்னல்பக்கமாகச் செல்கிறான். அனுசுயா அக்கா கேலரியின் ஆரவாரத்தை ஆசையாகப் பார்க்கிறாள். சுந்தரராஜன் ஓடி வந்து அவள் பக்கத்தில் நிற்கிறான். வாங்கிவந்த டிக்கட்டை அவள் கையில் வைக்கிறான்.)

அனுசுயா அம்மாள்: ம், ஆரம்பமாய்ட்டுது.

(ரேஸ் கமெண்ட்ரி தொடங்குகிறது. தொடக்கத்தில் இருவர் பாதங்களை ஊன்றி எம்பி நின்று, தொலைதூரத்தில் தெரியும் குதிரைகளைத் தீவிரமான ஆர்வத்துடன் பார்க்கிறார்கள். அவை நெருங்கிவர நெருங்கிவர, கூட்டத்தினரின் ஆரவாரம் பெருகப்பெருக, அனுசுயா அக்காவும் அதிக அளவில் உற்சாகம் கொள்கிறாள்.)

அனுசுயா அம்மாள்: ஐயையோ – ஆறு – ஏழு – நம்ம குதிரைகள் இருக்கிற இடமே தெரியலையே. எங்க விழுந்து செத்துப் போச்சிங்க? ஆ! வெந்துட்டுது. எட்டாம் நெம்பர், வா, வா. கமான் எட்டாம் நெம்பர், ஹரி. எட்டாம் நெம்பர் ...

சுந்தரராஜன்: அம்மா, அம்மா, மெதுவா மெதுவாம்மா. ஜாக்கிரதைம்மா.

அனுசுயா அம்மாள்: *(கோபத்தோடு)* ஐயோ, அங்க பாரு, நாலாம் நெம்பர் ஓவர் டேக் பண்ணிட்டிருக்குது. அதுதான் முன்னால ஓடி வருது. வா வா. ஃப்ளாஷ் பாஸ்ட், ஸேரிங்கெட்டி மகளே, வா. *That's it. Come on. Come on.* ம், நாலாம் நெம்பர், நாலாம் நெம்பர்! நாலாம் நெம்பர் முன்னால ஓடியாந்துட்டுது. என் கணக்கு ஜெயிச்சிட்டுது. என் குதிரை வந்துட்டுது ... நாலாம் நெம்பர், நாலாம் நெம்பர். ஓடு ... சீக்கிரம் ...

(சத்தம் போட்டபடிக் கீழே நிலைகுலைந்து விழுகிறாள்.)

சுந்தரராஜன்: அம்மா, அம்மா.

காட்சி: பதின்மூன்று

அஞ்சனாவின் வீடு. கூடம்.

(பாப்ஸ் உட்கார்ந்திருக்கிறாள். வெளியே தெருவில் சிமெண்ட் கான்கிரீட் மிக்ஸரின் சத்தம். அந்தச் சத்தம் நின்ற கணத்தில் நிலவிய அமைதியான சூழலில் அவள் மொபைலில் பேசத் தொடங்குகிறாள். அழைப்பு மணி அடிக்கப்படும் ஓசை கேட்கிறது. முத்து உள்ளேயிருந்து வாசல் கதவைத் திறக்க ஓடிச் செல்கிறாள்.)

பாப்ஸ்: ஸாரி, இங்க உட்கார்ந்தா இந்த ரோடு கலாட்டா. உன் மெஸேஜ் வந்தது. தாங்க்ஸ். ஆனால், நாளைக்கு சாயங்காலம் ராஜபவனத்துக்கு ஒரு அழைப்பு இருக்குது. இவருடைய ஞாபகசக்தியைப்பற்றி என்னன்னு சொல்றது? கவர்னருடைய செக்ரடரி அழைப்பு அனுப்பியிருக்காருங்கற செய்தியை எனக்கு சொல்லவே இல்லை.

(முத்து வெளியேயிருந்து வந்து எதையோ சொல்லவேண்டும் என்பதுபோல சைகை காட்டுகிறாள். பாப்ஸ் மொபைலை மூடிக்கொண்டு என்ன என்று கேட்பதுபோல புருவத்தை உயர்த்தித் தலையசைக்கிறாள்.)

முத்து: உங்களைப் பார்ப்பதற்கு யாரோ வந்திருக்காங்க.

பாப்ஸ்: என்னையா? இந்த இடத்திலா?

முத்து: பிரபாகர் தேலங்க்காம்.

பாப்ஸ்: *(பிரபாகருடைய பெயரைக் கேட்டதுமே பாப்ஸ் அதிர்ச்சியடைந்து அவனை எதிர்கொள்ளத் தயாராக உட்கார்கிறாள்.)* ஓ, கூப்பிடு. *(மொபைலில்)* என்னைப் பார்க்க யாரோ வந்திருக்காங்க. அப்புறமா ஃபோன் பண்றேன்.

(மொபைலை மூடிவைக்கிறாள். பிரபாகரை உள்ளே வருமாறு சொல்லிவிட்டு முத்து சென்றுவிடுகிறாள். பிரபாகரின் பேச்சில் சீற்றத்தைவிட அதிக அளவில் துயரம் படிந்திருக்கிறது. பாப்ஸின் பேச்சில் எந்த வகையிலும் தன் தவறை ஒத்துக்கொள்ளும் தொனியே இல்லை.)

பாப்ஸ்: ஓ, நீங்களா? இங்கே எப்படி?

பிரபாகர்: உங்களைப் பார்க்கலாம்ன்னு வந்தேன்.

பாப்ஸ்: இங்கே வந்து என்னைப் பார்ப்பதற்கு, இது ஒன்றும் என் வீடு இல்லையே?

பிரபாகர்: உங்களோடு பேசவேண்டியிருக்கிறது. இந்தச் சமயத்தில் வீட்டுல மிஸெஸ் படபித்ரெயும் இருக்கமாட்டாங்க. மகனும்

கிரீஷ் கார்னாட்

இருக்கமாட்டான். நீங்க தனியாதான் இருப்பிங்கன்னு எனக்குத் தெரியும். இப்ப எனக்கு வேற வேலையே இல்லை. அடுத்தவங்க வருவதையும் போவதையும் வேடிக்கை பார்ப்பது ஒன்றுதான் வேலை.

பாப்ஸ்: *(எவ்வகையிலும் குற்றம் சுமத்தும் தொனியே இல்லாதபடி, சிரித்து)* இப்படி தனியா இருக்கும் பொம்பளை பின்னால் தொடர்ந்து வருவதை ஸ்டாக்கிங்க்னு சொல்வாங்க, தெரியுமா?

பிரபாகர்: *(மெதுவான குரலில்)* இதெல்லாம் தேவையா? Was it necessary?

பாப்ஸ்: *(அதேபோன்ற மெதுவான குரலில்)* என்ன தேவை? Was what necessary?

பிரபாகர்: *(சிரித்து)* நீங்களே கேக்கறிங்களா? என் மனைவி பெங்களூருக்கு திரும்பி வரமாட்டேன்னு பிடிவாதமா இருக்கா. இதுவரைக்கும் பட்ட அவமானங்கள் போதும்ன்னு சொல்றா? *(நிறுத்தி)* எதுக்காக நீங்க இப்படி செஞ்சிங்க?

பாப்ஸ்: ஆமாம், நீங்க சொல்றது உண்மைதான். நானும் அதையேதான் எனக்கு நானே கேட்டுக்கறேன். நானாகவே போய் இப்படிப்பட்ட சிக்கலில் ஏன் மாட்டிக்கறேன்னு எனக்குத் தெரியவே இல்லை. யார்யாரோ, பெரிய பெரிய வி.ஐ.பி.ங்களுடைய அறிமுகம் எனக்கு இருக்குது. மத்தவங்களுக்கும் அதனால பயன் கிடைக்கட்டுமேன்னு நான் நினைச்சா, கடைசியில நானே தப்பு செஞ்சவளா ஆயிடுது. என் வீட்டுக்காரர் அதுக்காக என்னை

திட்டுவதுண்டு. மாசக்கணக்கா அலைஞ்சி திரிஞ்சி நான் எல்லா ஏற்பாடுங்களையும் செய்யணும். அங்க இன்னும் ஒரு அரைமணிநேரம் உக்கார்ந்து காத்திருக்க உங்களுக்கு பொறுமையில்லாம போயிடுச்சி.

பிரபாகர்: பொறுமை? எங்கே?

பாப்ஸ்: விப்ரோ ஆஃபீஸ்க்கு நான் அரைமணிநேரம் கழிச்சி ஃபோன் பண்ணின சமயத்துல நீங்க கௌம்பி போயிட்டிருக்கிங்க.

பிரபாகர்: போகாம? அங்க உட்கார்ந்து என்ன செய்யறது? *And how long was I to sit there?* உங்களோடு பேசறதுக்கு மொபைலில் எத்தனை முறை முயற்சி செய்தேன் தெரியுமா? *busy, busy.* நீங்க ஆஃப் பண்ணிட்டு உக்காந்துட்டிங்க.

பாப்ஸ்: *(கோபமுடன்)* பிஸியா இல்லாம வேற எப்படி இருந்திருக்கணும் பிரபாகர்? நன்றியுணர்ச்சி கொஞ்சமாவது இருக்கணும். *Of course,* என் மொபைல் பிஸியா இருந்தது. காரணம் என்னன்னா, நான் அஜீம் பிரேம்ஜிகூட பேச முயற்சி செஞ்சிட்டிருந்தேன். அவர் மலேசியாவுல இருந்தார். அவரைத் தொடர்புகொள்வது ரொம்ப சுலபம்ன்னு நெனச்சிட்டியா நீ? அதிர்ஷ்டவசமா, மலேசியாவுல இருந்தாருங்கறது பெரிய விஷயம். பேசறதுக்காவது கெடைச்சாரு. அமெரிக்காவா இருந்திருந்தா, நடுராத்திரி நேரமா இருந்திருக்கும். இந்தமாதிரி ஆயிட்டுதுன்னு சொன்னதுமே அவர் விப்ரோ ஆஃபீஸ்க்கு போன்ல பேசியிருக்காரு.

கோபாலகிருஷ்ணனைப்பற்றிய விஷயங்கள் அவருக்கு தெரியாது. அதனால் பிலிப் என்பவரோடு பேசினார். உங்களை ...

பிரபாகர்: *(நம்பவியலாமல்)* அவரே ஃபோன் பேசினாரா என்ன?

பாப்ஸ்: ஆமாம். உங்களுக்கு எந்தவிதமான பிரச்சினையும் இல்லாதபடி இன்னொரு தரம் இண்டர்வியூக்கு கட்டாயமா ஏற்பாடு பண்ணுங்கன்னு பிலிப்பிடம் சொன்னாரு. ஆனா, நீங்க எங்கே போனீங்க? ஆளயே காணோம் ...

பிரபாகர்: நான் ... நான் ...

பாப்ஸ்: என்ன நான் நான்னு? எப்படிப்பட்ட எம்பாரஸிங்க் நிலைமைக்கு என்னை கொண்டுவந்திட்டிங்க, தெரியுமா? நான் அன்னையிலிருந்து அஜீம், யாஸ்மின் ரெண்டு பேருடைய முகத்தையே பார்க்கலை. அநேகமா தினசரியும் பார்த்துட்டிருந்தவங்க நாங்க. இப்ப . . . இதெல்லாம் தேவையான்னு என்னையே கேக்கறிங்க... *You have the cheek.!*

(முதலில் என்ன பேசுவது என்றே புரியாமல் பிரபாகர் திகைத்து நிற்கிறான். பிறகு)

பிரபாகர்: இங்கே உள்ளே வருவதற்கு முன்னால் ஒரு அஞ்சி நிமிஷம் வெளியே தெருவில நின்னிட்டிருந்தேன். இந்த கான்கிரீட் மிக்ஸர் சத்தத்துல, நான் உள்ளே வந்தாலும் எதுவும் பேச முடியாதுன்னு தெரியும். அந்த மிக்ஸர்! என்ன மாதிரியான இயந்திரம் அது! வயிறு உப்பி, கரகரன்னு சுத்தி அரைப்பது, அப்புறம் வாயைத் திறந்து சிமெண்ட் கான்கிரீட்டை அந்த அண்டர்பாஸ் பாதாளத்துக்குள்ளே

துப்புவது, எல்லாம் யாருக்காக? எனக்காக. பெங்களூரு தெருக்களிலே நிரந்தரமா ஓடிக்கொண்டே இருக்கத் தேவையான சக்திக்கு மூலம் எது தெரியுமா? நம்பிக்கை. எப்படிப்பட்ட ஏமாற்றத்துக்கு உட்பட்டாலும் கூட, மனசுக்கடியில் சாகாமல் இன்னும் உயிர்த்துடிப்போடு இருக்கிற இச்சைதான் அந்த நம்பிக்கை. எங்காவது ஒரு இடத்துல ஏதாவது கிடைச்சிடும்ங்கற நம்பிக்கை. விருப்பம், கனவு, பைத்தியக்காரத்தனம் எப்படி வேணும்ன்னாலும் சொல்லுங்க. ஆனால், நான் இன்னும் அந்த நம்பிக்கையை இழக்கலை. இன்னும் ஏதாவது கிடைக்கக்கூடும். நிச்சயமா கிடைக்கும். நீங்க என்னை எந்த அளவுக்கு ஏமாற்றினாலும் அந்த வேட்கையின் மோகம் அழியாது.

(வெளியே சிமெண்ட் கான்கிரீட் மிக்ஸர் மீண்டும் இயங்கத் தொடங்கி, அவனுடைய பேச்சின் சத்தம் கேட்காதபடி செய்துவிடுகிறது. அவன் சிரித்துக்கொண்டே, தோளை உயர்த்திக் குலுக்கியபடி, புறப்பட்டுச் செல்கிறான்.)

காட்சி: பதினான்கு

(பெங்களூரைச் சேர்ந்த ஒரு புதிய புறநகரில் முத்துவின் வீடு. விமலா ஸ்கூட்டரில் வந்து. அதை ஒரு பக்கமாக நிறுத்திவிட்டு, அழைக்கிறாள்.)

விமலா: முத்து ... முத்து ...

(முத்து வெளியே வருகிறாள்.)

முத்து: ஓ, விமலாக்கா, வா வா. உள்ள வா.

விமலா: உள்ள வேணாம். இங்கேயே பேசலாம். எப்படி இருக்கே?

முத்து: நல்லா இருக்கேன்.

விமலா: *(நளினமாகச் சிரித்தபடி)* உன் புதுவேலை இந்நேரத்துக்கு உனக்குப் பழகியிருக்கணும்...

முத்து: *(வேகமாக)* நான் என்ன செய்யட்டும், விமலாக்கா? நீ வருகிறவரைக்கும் மேடம் என்னை சமைக்கச் சொன்னாங்க. நான் வேறு என்ன செய்யமுடியும்?

விமலா: ஒருதரம் சமையலறைக்குள் போயிட்டு, அப்படியே அங்கேயே ஒட்டிக்கொண்டாய் அல்லவா? நான் ஆறு வருஷம் வேலை செய்த வீடு. உனக்கு இன்னும் ஆறு வருஷ காலத்துக்கு கவலை இல்லைன்னு சொல்லு.

முத்து: *(கண்ணீர் ததும்ப)* கடவுள் மேல சத்தியமா, உன் வேலையை பிடுங்கிக்கணும்ன்னு நான் எதையும் செய்யலை. நீ மறுபடியும் வருவதா இருந்தால், நான் இன்னைக்கே விட்டுக்கொடுத்துடறேன்...

விமலா: *(வீட்டுக்குள் பார்வையைச் சுழலவிட்டபடி)* உன் அம்மா இருக்காங்களா?

முத்து: ம். அவருக்கு தையல் வேலை. எப்பவும் இருக்கிறதுதான்.

விமலா: கூப்பிடு அவங்கள.

முத்து: அம்மா, அம்மா, விமலாக்கா வந்திருக்காங்க.

தாய்: *(உள்ளே இருந்தபடியே)* ஐயோ, உள்ளே வந்து உக்காருங்கன்னு சொல்லு. அங்கயே நிக்கவச்சி என்ன பேசிட்டிருக்கே?

அனலில் வேகும் நகரம்

விமலா: நீ வெளியே வா அம்மா. உட்கார நேரமில்லை எனக்கு.

(தாய் வெளியே வருகிறாள்.)

விமலா: *(சிரித்தபடியே)* எப்படி இருக்கே கங்கம்மா?

தாய்: ஐயோ, இந்த பாழா போன கால் இருக்குதே. தையல் மிஷின மிதிச்சி மிதிச்சி பெண்டு கழண்டு போவுது ...

முத்து: நான் உள்ளே வான்னு சொன்னேன். ஆனால் ...

விமலா: இப்ப அதெல்லாம் வேணாம். *(தாயிடம்)* நான் என்ன சொல்ல வந்தேன்னா ... நான் ஒரு கஷ்டத்தில மாட்டிகிட்ட சமயத்துல அந்த வாய்ப்பை இவள் தன்னுடைய ஆதாயத்துக்காக பயன்படுத்திகிட்டா. என் வேலையை பிடுங்கிகிட்டாள்.

முத்து: இல்லை விமலாக்கா, அப்படி சொல்லா ...

விமலா: *(சட்டென கடுமையாகிறாள)* நடுவுல பேசவேணாம். நீ பிடுங்கிக்கொண்டாய். அது மட்டுமில்லை. மறுபடியும் அந்த வேலை எனக்கு கிடைக்காதபடியும் நடந்துகொண்டாய்ங்கறதும் எனக்குத் தெரியும். மேனன் வீட்டுக்காரங்க எல்லாத்தயும் சொன்னாங்க.

முத்து: கடவுள்மேல் சத்தியம், கேஸ் முடிஞ்சி போச்சி ...

விமலா: சும்மா இரு. நான் சொல்ல நினைப்பதை சொல்லி முடிக்கிறவரைக்கும் வாயை மூடிகிட்டு இரு. *(தாயிடம்)* உங்க புள்ள இருக்கானே சின்னசாமி ... இவளுடைய அண்ணன் ... அவன் பெங்களூருல இருக்கான்.

முத்து: அப்படியா? எங்கே?

தாய்: சின்னசாமியை உனக்கு எப்படி தெரியும்?

விமலா: ஞாபகம் இல்லையா? முத்து பொண்ணு பெரியவளான சமயத்துல மஞ்சள் நீராட்டு விழா ஊரிலதான் நடக்கணும்ன்னு கூப்பிடறதுக்கு வந்தானே, அப்ப பார்த்திருக்கேன். ஒரு தரம் நான் பார்த்த முகம், எப்பவுமே எனக்கு மறந்துபோவதில்லை. இல்லைன்னா, இத்தனை வருஷங்கள் பெங்களூருல வாழ்ந்திருக்கமுடியுமா?

தாய்: *(தவிப்போடு)* எங்கே இருக்கான் சின்னசாமி?

முத்து: உன்னை எந்த இடத்துல பார்த்தான்?

விமலா: சொல்றேன், கொஞ்சம் பொறுமையா இரு. அங்கே ஊருல விழா சமயத்தில கலாட்டா பண்ணினானல்லவா? அதுக்குப் பிறகு, கொஞ்ச நாளுக்குள்ளேயே அவன் பெங்களூருக்கு வந்து இங்கதான் இருக்கான். பொண்டாட்டி புள்ளைங்களை அங்கேயே ஊருல விட்டுட்டு, இங்கயே வந்து ஒரு ஆட்டோ ரிக்ஷா ஓட்டும் வேலையை பார்த்துட்டிருக்கான் ...

தாய்: ஐயோ, எங்களுக்கு சொல்லவே இல்லையே ...

விமலா: ஏன் சொல்றான் அவன்? உங்க பேர எடுத்தாலேயே விஷத்தை துப்பறான். அப்பறம் ஏன் உங்களுக்கு சொல்லப் போறான்? தான் யார்ங்கற விஷயத்தையோ, எங்கேயிருந்து வந்திருக்கோம்ங்கற விஷயத்தையோ, அவன் வேறு யாருக்குமே சொல்லலை. எங்க சித்தப்பா பிள்ளை ஆட்டோ ரிக்ஷா ஓட்டறான். நான் அவனை பார்ப்பதற்கு போன சமயத்துல ... ஆட்டோ ஸ்டாண்டுல உங்க

சின்னசாமியை பார்த்தேன். “நீ முத்துவுடைய அண்ணன் சின்னசாமிதானே”ன்னு கேட்டேன். ஆள் அப்படியே திகைச்சி போயிட்டான்.

முத்து: எங்கே இருக்கான்?

விமலா: நாலஞ்சி ஆட்டோ டிரைவர்ங்க ஒன்னா சேர்ந்து ஒரு அறையை வாடகைக்கு எடுத்து, ஒன்னா இருக்காங்க. ஆனால், அவங்ககிட்டயும் அவன் தன்னுடைய ஊர் அட்ரஸ் விவரத்தை சொல்லலை.

தாய்: ஐயோ, ஏன் இப்படி செய்றான் என் மகன்?

முத்து: எப்படி இருக்கான்?

விமலா: அதைத்தான் சொல்றதுக்கு வந்தேன், ஆஸ்பத்திரியில இருக்கான் ...

முத்து தாய்: என்ன? ஆஸ்பத்திரியிலா? என்னாச்சி? ஐயோ அம்மா ...

விமலா: ஆம்பளைங்க ஒரே அறையில ஒன்னா இருந்தா, சும்மா இருப்பாங்களா? குடிப்பாங்க. தெரு பொம்பளைங்களை தேடுவாங்க. அடிச்சிக்குவாங்க. முந்தாநாள், எதுக்கோ ஒரு சண்டை ரொம்ப முத்திப் போய் அடிதடியில முடிஞ்சி, மத்த ஆளுங்கள்ளாம் ஒன்னா சேர்ந்து, அவன் கைகாலை உடைக்கிறமாதிரி அடிச்சி போட்டுட்டாங்க. இப்ப, உடம்பு முழுக்க கட்டு போட்டுக்கொண்டு, ஒரு ஆஸ்பத்திரி வார்டுல விழுந்து கிடக்கிறான் ... அவன் யார், எங்கே இருந்து வந்திருக்கான் என்கிற விவரங்களெல்லாம் இந்த

பெங்களூருலயே எனக்கு மட்டும்தான் தெரியும். இன்னும் எத்தனை நாள் இருப்பானோ, இல்லையோ ...

தாய்: *(பயந்து)* ஐயோ, எந்த இடத்துல அம்மா? அவனைப் பார்க்க நான் இப்பவே போகணும் ...

முத்து: கொஞ்சம் இரும்மா. எந்த ஆஸ்பத்திரின்னாவது கேட்டு தெரிஞ்சிக்கலாம்.

விமலா: பார்த்தியா, உன் பொண்ணு எவ்வளவு பெரிய புத்திசாலின்னு. உனக்கு இப்ப நிரந்தரமான வேலை கிடைச்சிருக்கு இல்லையா? இங்கயே இரு, இன்னுமொரு ஏழெட்டு வருஷம்? நீயே தேடி கண்டுபிடி, உன் அண்ணனை. அவ்வளவு காலம் அவன் உயிரோடு இருந்தால் . . . உனக்குச் சொல்லிட்டு போவலாம்ன்னு வந்தேன். இதுவே பெரிய உதவின்னு நெனச்சிக்கோ ...

(விமலா புறப்படுகிறாள். தாய் அவள் பின்னாலேயே ஓடுவதற்கு முற்படுகிறாள். ஓட முடியாமல், நொண்டியபடி அங்கேயே விழுகிறாள். முத்து ஓடிச் சென்று விமலாவைப் பிடிக்கிறாள்.)

முத்து: இப்படியெல்லாம் பண்ணாதே விமலாக்கா. தயவுசெஞ்சி, அண்ணன் எங்கே இருக்கான்னு சொல்லு. நீ இப்படி சொல்லாம கொள்ளாம போயிட்டா, அம்மாவுக்கு நெஞ்சு வெடிச்சிடும் ...

விமலா: *(கையை உதறியபடி)* என்னைத் தொடாதே. அங்கே உன் அம்மா மண்ணுல விழுந்து புரளுகிறாள் பார், அவளைப் பார்த்துக்கோ ...

முத்து: விமலாக்கா . . .

(விமலா அவளைத் தள்ளிவிட்டு, ஸ்கூட்டரை ஸ்டார்ட் செய்துகொண்டு புறப்பட்டுச் செல்கிறாள். முத்து ஓடிப்போய்த் தன் தாயைத் தூக்குகிறாள்.)

முத்து: அம்மா, அவளை நம்பவேணாம். அவள் பொய் சொல்றவள். நம்ம மேல இருக்கிற வயித்தெரிச்சலில் . . .

தாய்: இல்லை, அவள் உண்மையைத்தான் சொல்றா. எனக்குத் தெரியும். என் அடிவயிறு சொல்லுது எனக்கு. ஐயோ, என் சின்னசாமி பெங்களூருல எங்கயோ இருக்கறான். ஆஸ்பத்திரியில படுத்து கிடக்கிறான். நாம அவனை தேடி கண்டுபிடிச்சே ஆகணும். அவன பார்க்கிறவரைக்கும் . . .

முத்து: *(அவளை வீட்டுக்குள் அழைத்துச் சென்றபடி)* ஆகட்டும் அம்மா, ஆகட்டும். நான் கண்டுபிடிக்கறேன். இந்த தேவடியா சொல்லலைன்னாலும் சரி, விடு அம்மா, நீ பயப்படவேணாம், என் வீட்டுக்காரரு தேடி கண்டுபிடிச்சிடுவாரு.

காட்சி: பதினைந்து

(அஞ்சனாவின் வீட்டுப் படுக்கையறை. இரவு. அனுசுயா அம்மாளும் குணாலும் மட்டுமே உட்கார்ந்திருக்கிறார்கள். அவள் உடல் களைப்புற்றதுபோல படுக்கையின்மீது சாய்ந்திருக்கிறாள்.)

அனுசுயா அம்மாள்: என்ன பேண்டோ உன்னுடையது? உன் அம்மா அப்பாவுக்கு அதும்மேல ஏன் இவ்வளவு கோபம்? நீ இவ்வளவு அருமையா வீணை வாசிக்கிறாய். அதை விட்டுட்டு . . .

குணால்: ஒருதரம் நீ வந்து கேக்கறியா?

அனுசுயா அம்மாள்: இல்லப்பா, என்னால அங்கயெல்லாம் வர முடியாது. ஆனால், ஒரு கேசெட் இருந்தா, அனுப்பிக் கொடு.

குணால்: யாரும் இப்ப கேசெட்லாம் எடுப்பதில்லை. ஆல்பமாவே அனுப்பமுடியும். ஆனால், அது எப்ப நடக்குமோ?

அனுசுயா அம்மாள்: ஏன்?

குணால்: மியூசிக் கம்பெனிகாரங்ககிட்ட போய் ஆல்பம் போடறிங்களான்னு கேட்டா, 'உன் இசையில கொஞ்சம் இண்டியன் கல்ச்சர் சேரு'ன்னு சொல்றாங்க. 'தபலா சேரு. புல்லாங்குழல் வரட்டும், நீ வீணை வாசிக்கிற ஆள்தானே, கொஞ்சம் அதையும் சேர்த்துக்கோ. அதாவது, அதுக்காகன்னு ஒரு வரவேற்பு உருவாகும்'ன்னு சொல்றாங்க.

அனுசுயா அம்மாள்: அதுல என்ன தப்பு இருக்குது? அது நம்ம இசை கிடையாதா?

குணால்: இருக்கலாம். ஆனா, அது என் இசை கிடையாது.

அனுசுயா அம்மாள்: நீ இவ்வளவு அழகா வீணை வாசிக்கிறாய். அதெல்லாம் வேஸ்ட் ஆகவேண்டிதுதானா?

குணால்: வேஸ்ட் ஒன்னும் கிடையாது. வீணையில பயிற்சி செஞ்சி செஞ்சி, என் விரல்நுனி நல்லா பழகிப் போயிட்டுது. அதனால கிடார் வாசிக்கிறது சுலபமாயிட்டுது.

அனுசுயா அம்மாள்: சரி, ஆனாலும் ஒரு விஷயம் சொல்றேன். உனக்குள்ளே இருக்கிற இசை உன் அம்மா மூலமாக வந்தது.

அவள் எவ்வளவு அருமையா பாடிட்டிருந்தா, தெரியுமா? அவள் தாசருடைய பாடல்களைப் பாட ஆரம்பிச்சிட்டா, எங்க தெருவுல இருந்த பொம்பளைங்களெல்லாம் பொறாமைப்பட ஆரம்பிச்சிடுவாங்க. ஐயோ, இப்படிப்பட்ட ஒரு பொண்ணு எனக்கு மருமகளா அமைஞ்சிருந்தா எவ்வளவு நல்லா இருந்திருக்கும்ன்னு சொல்லிச்சொல்லி பெருமூச்சுவிடுவாங்க, தெரியுமா?

குணால்: உன் மருமகளாவே ஆயிட்டாங்களே...

அனுசுயா அம்மாள்: உண்மையைச் சொல்லட்டுமா? அஞ்சனா உன் அப்பாவைக் கல்யாணம் செய்துக்க ஒத்துக்கொள்ளும்போது, ஐயோ ஏன் இவள் சரின்னு சொன்னான்னு நெனச்சி எனக்கு அழுகையா வந்தது. உன் அப்பாவுக்கு இசை எதிலுமே கொஞ்சம் கூட ஆர்வமே இல்லை. அவன் கூட சேர்ந்து, இவளும் அதையெல்லாம் தொலைச்சிட்டு உட்கார்ந்துட்டமாதிரி இருக்குது. ஏன் எதுக்குன்னு ஒன்னுமே தெரியலை. என்னைக்காவது பாடறாளோ என்னமோ?

குணால்: எப்பவாவது ஒரு சமயம் சும்மா முணுமுணுப்பா...

அனுசுயா அம்மாள்: புரந்தர தாசர் பாட்டை அவளை பாடச் சொல்லிட்டு நீ கேட்டிருக்கணும்...

குணால்: *(ஆர்வத்தோடு)* அதுதான், அதுதான். அவர்தான் என் ஹீரோ. நான் புரந்தர தாசருடைய அவதாரம், பாட்டி. அவரைப் போலவே நானும் பாட்டு கட்டுவேன். அதுக்கு நான் டியூன் போட்டு பாடுவேன். அவர் ஒருநாளும்

அரண்மனயில பாடினது கிடையாதுன்னு நீயே சொல்லியிருக்கே. நானும் அப்படித்தான். கானசபையில நான் ஏறினதே கிடையாது. பப், கிளப், ராக் இசை ... நான் கடவுளை நம்பறவன் கிடையாது. ஆனால், ஒரு அர்த்தத்தில என் இசைதான் என் கடவுள்.

அனுசுயா அம்மாள்: உனக்கு அப்படி தோனிச்சின்னா. சரி. புரந்தரதாசர் கடவுளைத் தேடி உலகம் முழுக்க அலைஞ்சாரு. கடைசியில் கடவுள் சொல்லாம கொள்ளாம தற்செயலா அவருக்கு காட்சி தந்துட்டாரு. இதெல்லாம் த்ரேதாயுகம், துவாபரயுகத்துக் கதைன்னு நெனச்சிட்டிருந்தேன். ஆனால் நான் சொல்றேன் கேட்டுக்கோ. அந்த நாலாம் நெம்பர், ப்ளாஷ் பாஸ்ட், மத்த எல்லா குதிரைகளையும் பின்தள்ளிட்டு முன்னால ஓடியாந்தது பாரு, எனக்குக் கிடைத்த மிகப்பெரிய தரிசனம் அது. அதை என்னன்னு சொல்றது ... எப்படி சொல்றது ... இந்த ஜென்மத்தில அந்தக் கணத்தில் கடவுளையே பார்த்த அனுபவம் எனக்குக் கிடைச்சிட்டுது. அதுக்கப்புறம் அது உண்மையா பொய்யான்னு அலசி உண்மையை கண்டுபிடிக்கிற அளவுக்கு சுய உணர்வே எனக்கு இல்லை. அந்த அளவுக்கு எனக்கு அறிவோ தெளிவோ கிடையாது. அதே காரணங்களுக்காக, கடைசி நிமிஷத்துல அந்தக் குதிரை தோத்திருக்கவும் வாய்ப்பிருக்குது அல்லவா? அந்தக் குதிரை ஜெயிச்சி, எனக்கு அவ்வளவு பணமும் கிடைச்சிருந்தா, கடவுள் பிரச்சினைக்கே இடம் கிடையாது. அது பொய்யாயிருக்கும். பரிபூரண தரிசனம் கிடைச்சிருக்காது. கடவுள் அடுத்தடுத்து நம்முடனேயே இருப்பதில்லை. காட்சியளிப்பான், போயிடுவான். என்னை

பொருத்த அளவில் அந்த பரமேஸ்வரனே எனக்கு அந்தக் கணத்தில காட்சி அளித்தான். *(கண்ணீர் வருகிறது.)* அவ்வளவு போதும்... இந்த மனித ஜென்மத்தில கேட்க வேறென்ன இருக்குது?

(கண்ணீரைத் துடைத்துக்கொள்கிறாள். அவள் வார்த்தைகளைக் கேட்டு, அவன் மனத்திலும் துயரம் படர்கிறது. ஆழ்ந்த மௌனம்.)

காட்சி: பதினாறு

(அஞ்சனாவின் வீடு. கூடத்தில் பாப்ஸ் தனியாக உட்கார்ந்திருக்கிறாள். புத்தகத்தின் பக்கத்தைத் திருப்புகிறாள். முத்து வெளியே வருகிறாள்.)

முத்து: மேடம் ஃபோன்ல பேசினாங்க. இப்பதான் ஸ்டேஷனிலிருந்து கிளம்பியிருக்காங்களாம். டிரெய்ன் சரியான நேரத்துக்குக் கிளம்பிட்டுதாம். ஆனால், மெஜெஸ்டிக் சர்க்கிளில் கடுமையான போக்குவரத்து நெரிசலாம்... நிக்கும்படியா ஆயிடுச்சின்னு சொன்னாங்க. இன்னும் ஒரு பத்து நிமிஷத்துல வந்து சேர்ந்துடுவாங்களாம்.

பாப்ஸ்: இருக்கட்டும், இருக்கட்டும். இந்தச் சமயத்தில, நெரிசல்...

(கைப்பையிலிருந்து மொபைல் ஃபோனை எடுக்கிறாள்.)

முத்து: இங்கே, நம்ம வீட்டு முன்னாலயும் அப்படித்தான் இருந்தது... உங்களுக்கெல்லாம் நல்லா தெரியுமே... கார் ஹார்ன் சத்தம், புகை, சந்தடி ... இப்ப இந்த அன்டர்பாஸ்

வந்ததிலிருந்து, ஓரளவு நிம்மதி. மேடம், டீ போட்டாந்து தரட்டுமா?

பாப்ஸ்: வேணாம். இப்ப, எங்க வீட்டுக்காரர் வந்துடுவார். வந்ததும் அவர்கூட கிளம்பணும் . . .

முத்து: அதுக்குள்ளே சுடச்சுட டீ, மேடம். ஒரே ஒரு வாய். உங்களுக்கு ஆசைதான், எனக்குத் தெரியும். ரெண்டு நிமிஷத்தில போட்டு எடுத்தாரேன்.

(பாப்ஸ் மொபைலில் மூழ்கியபடிச் சிரித்துக்கொண்டே தலையசைக்கிறாள். முத்து உள்ளே செல்கிறாள். பாப்ஸ் ஜன்னல் வழியாக வெளியே எட்டிப் பார்க்கிறாள். அதற்குப் பிறகு மொபைலில் எண்களை அழுத்துகிறாள்.)

பாப்ஸ்: ஹலோ . . . ஆமாமாம். நான்தான் பாப்ஸ் . . . ஹலோ ஐஸ்வர்யா, நைஸ் டு டாக் டு யு . . . ஆமாம், நாளைக்கு காலையிலதான் பேசலாம்ன்னு இருந்தேன். ஆனால், அதிர்ஷ்டவசமா இப்ப கொஞ்ச நேரம் அவகாசம் கிடைச்சிது. *(ஜன்னல்வழியாக வெளியே பார்த்தபடி)* இன்னும் என் வீட்டுக்காரர் வரலை. அவர் வருவதற்கு முன்னாலேயே விஷயம் என்னன்னு சொல்லிடறேன் . . . அதுக்கப்புறம் சரியா பேச முடியாது . . . உங்க பாய்ஃப்ரெண்ட் சொல்லியிருப்பாரே . . .? . . . ம் . . .நோ நோ நோ, ஃபேவர்லாம் ஒன்னும் இல்லை. உங்க பாய் ஃப்ரெண்ட் . . . அவர் பேர் என்ன? ஆமாம் ஆமாம் . . . ப்ரான்ஸிஸ் . . . அவர் உங்களைப்பற்றி சொல்லிட்டிருந்தாரு. நீங்க ரொம்ப திறமைசாலின்னு. பரத நாட்டியம், பாலே நடனம் ரெண்டுமே தெரிஞ்சி வச்சிருக்கிங்க. பாலே

கத்துகிட்டதுக்கு அப்புறமா கலாஷேத்திராவில பயிற்சி எடுத்திருக்கிங்கன்னு சொன்னா, அது சாதாரணமான விஷயமில்லை.

(ஜன்னல்வழியாக எட்டி எட்டி, இருபுறங்களிலும் மாறிமாறிப் பார்க்கிறார். கணவன் இன்னும் வரவில்லை என்பதை உறுதிப்படுத்திக்கொள்கிறாள்.)

எனக்கு லண்டனில் லாபாவுடைய டான்ஸ் டைரக்டர் தெரியும். தன்னுடைய ஸ்கூலுக்கு இந்தியாவிலிருந்து மாணவமாணவிகளே ஏன் வருவதில்லைன்னு அடிக்கடி கேட்டுட்டே இருப்பாரு... அதுதான் அதுதான்... உண்மையை சொல்லணும்ன்னா, பணம் ஒரு பிரச்சினையே கிடையாது. உங்களைப்போன்ற திறமைசாலியான பெண்கள் வெளியே போகணும். அங்க இருக்கிற ஸ்கோப் இங்க கிடையாது. டார்லிங், லண்டன்ல இந்தியன் டான்ஸ் அகாதெமியின் தலைவர் மீரா கௌஷிக் என் தோழி. அவருக்கு ஒரு வார்த்தை சொன்னா, எல்லாம் சுலபமா முடிஞ்சிடும்...

(பிரிகேடியர் ஐயர் வருகிறான். அவன் உள்ளே வந்து, சத்தம் காட்டாமல் அவளுக்குப் பின்னாலேயே நிற்கிறான். வீட்டில் வேறு யாரும் இல்லாததைக் கவனிக்கிறான். அவன் அங்கே நிற்பதை அவள் கவனிக்கவில்லை. உரையாடலின் வேகத்தில் திளைத்திருக்கிறாள்.)

ஆனால், உடனேயே புறப்படணும். ஆமாம், நீங்க இங்கே செய்திட்டிருக்கிற வேலையை ரிசைன் பண்ணிடுங்க. உங்களைப்போன்ற திறமைசாலியான பொண்ணு ஒரு ஸ்கூல் டீச்சரா இருப்பது, பெரிய வேஸ்ட். டான்ஸ்

டீச்சரா இருந்தாலும், டிரில் டீச்சரா இருப்பதுமாதிரிதானே அல்லவா... நாளைக்கு அஷோக் பில்லருக்குப் பக்கத்தில இருக்கும் காஃபி கூஃபே டேக்கு காலையில பதினோரு...

(கணவனைப் பார்க்கிறாள். பாதி உரையாடலிலேயே, மொபைலை நிறுத்திவிடுகிறாள். என்ன செய்வது எனப் புரியாமல், பார்வையைக் கீழே தாழ்த்திக்கொண்டு நிற்கிறாள். ஒருகணம் மௌனம். அதற்குப் பிறகு பிரிகேடியர் ஐயர் சுற்றுமுற்றும் பார்த்துவிட்டு, யாரும் இல்லை என்பதை உறுதிப்படுத்திக்கொண்டு, ஒரு அடி முன்னால் வைத்து, அவள் கன்னத்திலும் தலையிலும் பளார்பளார் என அறைகிறான். அவளுக்கு இது ஒன்றும் புதுமையாகத் தோன்றவில்லை. அடிவாங்கிப் பழகியவள்போல சகித்துக்கொள்கிறாள். ஆனால்...)

இங்கே வேணாம், இங்கே வேணாம் ப்ளீஸ் . . .

(இதே நேரத்துக்குச் சரியாக, முத்து ஒரு ட்ரேயில் ஒரு டீ கோப்பை, டீ பாட் ஆகியவற்றை வைத்துக்கொண்டு வெளியே வருகிறாள். நடந்ததையெல்லாம் பார்த்திருந்தாலும் பார்க்காததைப்போலவே மேசைமீது டிரேயை வைக்கிறாள்.)

பிரிகேடியர் ஐயர்: *(உணர்ச்சியற்ற குரலில் பாப்ஸிடம்)* கார் பஞ்சர் ஆயிட்டுது. நேரா வீட்டுக்கு ஓட்டிட்டுப் போக யூஸ்ஃப்கிட்ட சொல்லிட்டு டாக்ஸி பிடிச்சி இங்க வந்தேன். கிளம்பு...

(வெளியே செல்கிறான்.)

பாப்ஸ்: *(முத்துவிடம்)* நாங்க அர்ஜென்டா கிளம்பவேண்டி யிருக்குதுன்னு மேடத்திடம் சொல்லிடு...

(மொபைலை பர்ஸில் வைக்கும்போது, பர்ஸிலிருந்து ஐந்நூறு ரூபாய் நோட்டொன்றை எடுத்து முத்துவின் கையில் வைத்து)

உனக்கு ஏதாவது பணக்கஷ்டம் இருந்தா, சொல்லு ...

(செல்கிறாள். முத்து நோட்டை வாங்கி இடுப்பில் முந்தானையில் முடிந்துவைத்துக்கொள்கிறாள். அவளுடைய மொபைல் மணியடிக்கிறது. அதை எடுத்துப் பேசுகிறாள்.)

முத்து: ஐயோ அம்மா, இங்க வேலை நேரத்தில ஃபோன் பண்ணக்கூடாதுன்னு சொல்லியிருக்கேன் இல்லையா?... பீன்யாவில போலீஸ்காரங்க பார்த்திருக்காங்களாம்? நாங்க அவனைப் பிடிக்காம விடமாட்டோம்ன்னு போலீஸ்காரங்க சொல்லியிருக்காங்க. நீ கவலைப்பட்டு ஒரு பயனும் இல்லை. மேடம் வந்துட்டாங்க. நான் போகணும். தயவுசெஞ்சி இன்னொரு தரம் ஃபோன் பண்ணாதே.

(மொபைலை நிறுத்துகிறாள். தனக்குத்தானே கோபத்தோடு)

தேடறதுக்கு அவன் என்ன சின்ன குழந்தையா? தடியன். வேணும்ன்னா நம்மை தேடிகிட்டு தானே வரப்போறான்...

(அஞ்சனாவும் குணாலும் வெளியேயிருந்து வருகிறார்கள்.)

அஞ்சனா: அப்பா, இந்த பெங்களூருல வெளியே போய்வருவதற்குள் போதும் போதும்னாய்டுது ...

முத்து: பாப்ஸ், அவருடைய கணவர் வந்திருந்தாங்க மேடம். நேரமாய்ட்டுதுன்னு போயிட்டாங்க.

அஞ்சனா: ம், பார்த்தேன்.

முத்து: அப்புறம் ராயகர்ன்னு யாரோ ஒருத்தர். ரெண்டு மூணு தரம் ஃபோன் பண்ணாரு. மொபைல் நெம்பர் கொடுத்திருக்காரு. அவசரமான வேலையாம்.

(அஞ்சனாவிடம் ஒரு சீட்டைக் கொடுக்கிறாள். அஞ்சனா அதை வாங்கித் தன் மொபைலில் அந்த நெம்பரைப் பதிவு செய்து கொள்கிறாள். ராயகரின் பெயரைக் கேட்டதுமே அஞ்சனாவின் எதிர்வினையை அறிந்துகொள்வதற்காக குணால் முற்படுகிறான்.)

முத்து: அப்புறம், வீட்டு வேலைக்கு யாராவது ஒரு பொண்ணு வேணும்ன்னு சொன்னீங்களே, அழைச்சிட்டு வந்திருக்கேன். எங்க பக்கத்துக்கு வீட்டுல இருக்கற பொண்ணுதான் ...

அஞ்சனா: சரிசரி, உட்காரச் சொல்.

(முத்து உள்ளே செல்கிறாள். அஞ்சனா மொபைலைத் தன் காதருகே கொண்டுசென்றபடித் தனக்குள்ளாகவே ...)

யாரு இந்த ராயகர்? கருணாஸ்ரமத்துடன் ஏதாவது தொடர்புள்ள ...

குணால்: அவன் ஒரு சேட்டு. வட்டிக்கு கடன் கொடுக்கிறவன்...

அஞ்சனா: *(ஆச்சரியத்தோடு)* உனக்கு எப்படித் தெரியும்?

(மொபைலை ஆஃப் செய்கிறாள்.)

குணால்: பாட்டி குதிரைப்பந்தயத்துக்குப் போகும்போது எப்பவும் நம்ம காரை எடுத்துட்டு போறதில்லை, கவனிச்சிருக்கியா நீ? உன்னுடைய போக்குவரத்துக்கு தொல்லையாக இருக்கக்கூடாதுன்னு காரணம் சொல்லிட்டு,

தினமும் அந்த சந்துரு டிராவல்ஸ்லேருந்து டாக்ஸியை வரவழைச்சிக்குவாங்க. அந்த டிராவல்ஸ்காரங்ககிட்ட கேட்டேன். பாட்டி குதிரைப்பந்தயத்துக்கு போகிற வழியில ராயகர் கடைக்கு போவாங்கன்னு அவர்தான் சொன்னாரு. போய் ராயகரிடம் கேட்டேன்... அவனிடமிருந்து பாட்டி நிறைய தொகை கடனா வாங்கியிருக்காங்கன்னு தெரிஞ்சது.

அஞ்சனா: ஐயோ, உனக்கு தெரிஞ்சிருந்தும் ஏன் என்னிடம் சொல்லலை?

குணால்: அவுங்களே சொல்லாதபோது, நான் ஏன் சொல்லணும்? அவன் கொடுத்திருக்கிற கடனுக்கு ஆபத்து ஒன்னுமில்லைன்னு சொல்லிட்டு வந்தேன்... மொத்தத்துல ராயகரிடமிருந்து பாட்டி ஏறக்குறைய *(சற்றே நிறுத்தி)* ரெண்டரை லட்ச ரூபாய் கடன் வாங்கியிருக்காங்க...

அஞ்சனா: *(பதறி)* என்ன? ரெண்டரை லட்ச ரூபாயா?

குணால்: ம். ரேஸ் நடந்த எல்லா சமயத்துலயும் பாட்டி ரேஸ்க்கு போய் வந்தாங்க. அவ்வளவு பணம் எங்கேயிருந்து வந்திருக்கும்?... நீ அதைப்பற்றி கவலைப்படவே இல்லையா? ஒவ்வொரு வாரமும்?

அஞ்சனா: எதை நம்பி இவ்வளவு பெரிய தொகையை கடனா கொடுத்தான் அந்த சேட்டு?

குணால்: பாட்டி தன்னுடைய நகைகளையெல்லாம் அடமானமா வச்சிருக்காங்க...

அஞ்சனா: *(நெற்றியில் அடித்துக்கொள்கிறாள்.)* ஐயோ கடவுளே...

கிரீஷ் கார்னாட்

குணால்: என்னாச்சி?

அஞ்சனா: அவருடைய தங்க வளையல்கள், காதில் போட்டிருந்த வைரத்தோடு, முத்துமாலை எல்லாத்தயும் ... எல்லாத்தையும் அவனிடம் அடகு வச்சிருக்காங்களா?

குணால்: இருக்கலாம். நான் கேட்கலை ...

அஞ்சனா: இல்லைன்னா ரெண்டரை லட்ச ரூபாய் எப்படி வரும்? அவ்வளவு பணத்தையும் குதிரை மேல கட்டினாங்களா?

குணால்: கட்டட்டும் விடு. கருப்பு, வெள்ளைன்னு அப்பா எல்லா நிறத்துலயும் பணம் சேர்த்து வச்சிருக்காரு. உங்ககிட்ட பாட்டி பணம் கேட்டிருந்தாங்கன்னா, நீளநீளமா நீங்க லெக்சர் அடிக்கறதைத்தான் கேக்கணும். அதனால, அவங்களே ஒரு வழியை தேடிகிட்டாங்க. அப்பாவிடமிருந்து பணம் பிடுங்கறதுக்கு பாட்டிக்கு உதயமான இந்த யோசனை எனக்கு உதிக்கவே இல்லை பாரு. எப்படிப்பட்ட முட்டாள் நான். அவுங்க உண்மையிலேயே ஒரு ஜீனியஸ் ...

அஞ்சனா: *(கோபத்தோடு)* அப்பாவைப்பற்றி இப்படியெல்லாம் பேசறதுக்கு உனக்கு கூச்சமா இல்லையா? அவருக்கு தெரிஞ்சிதுன்னா, நெஞ்சே வெடிச்சிடும் ...

குணால்: இது ஒன்னும் முதல் தடவை இல்லையே?

அஞ்சனா: இதெல்லாம் உனக்கு ஜோக்மாதிரி இருக்குதா? ஆமாம், அவர் பணம் சம்பாதிச்சிருக்காரு. ஆனால், அதுக்காக பசி, தாகம், தூக்கம் எதைப்பற்றியும் கவலைப்படாமல், ஏதேதோ நாட்டுல, எதைஎதையோ தின்னுட்டு எப்படியெல்லாம்

கஷ்டப்பட்டிருப்பாரு, தெரியுமா உனக்கு? உன்னைப்பற்றி எப்படியெல்லாம் மனம் கஷ்டப்படறாருன்னு உனக்குத் தெரியுமா?

குணால்: மம்மி, எப்ப பார்த்தாலும் நீ அப்பாவுக்கு சார்பாகவே பேசுகிறாய். அவருக்கு என்னைப்பற்றியும் அக்கறை கிடையாது, உன்னைப்பற்றியும் அக்கறை கிடையாது. அவருக்காக நீ சங்கீதத்தையே விட்டுட்டேன்னு அன்னைக்கு ஒருநாள் பாட்டி சொன்னாங்க. ஆனால், அந்த விஷயத்தை அவர் கொஞ்சம்கூட பொருட்படுத்தவே இல்லைன்னு சொன்னாங்க.

அஞ்சனா: *(ஆச்சரியத்தோடு)* உண்மையாகவே பாட்டி அப்படி சொன்னாங்களா?

குணால்: ஆமாம், அப்படித்தான் சொன்னாங்க...

அஞ்சனா: இல்லை, இல்லை. அவங்க சொன்னது தப்பு. பெரிய தப்பு.

குணால்: பார்த்தாயா, உடனடியாக அவருக்கு பரிந்துகொண்டு...

அஞ்சனா: நான் என்னுடைய சங்கீதத்தை விட்டது உண்மைதான். ஆனால், அந்தப் பழியை அவருடைய தலையில கட்டறதுல எந்த நியாயமும் இல்லை. அதுல அவருடைய தப்பு எதுவுமே இல்லை. நீ கேட்பதால் சொல்றேன்... கேட்டுக்கோ... நீயும் பெரியவனா வளந்துட்டே...

குணால்: என்ன?

(அஞ்சனா பதில் சொல்வதில்லை.) என்ன?

கிரீஷ் கார்னாட்

அஞ்சனா: உனக்கும் தெரிஞ்சிருப்பது நல்லது. உனக்கு இன்னும் ரெண்டு வயதுகூட சரியா முடியாத சமயம். நாங்க அப்பதான் பெங்களூருக்கு வந்திருந்தோம் . . . வீடு . . . வீடா அது? இந்த வட்டாரத்துல ஒரு மூலையில ரெண்டு அறைகள். ராத்திரியும் பகலுமா அவர் ஒரு ஆப்பரேஷன் மானேஜர்ங்கற வகையில டூர் போயிட்டிருந்தாரு. வறுமையிலிருந்து கொஞ்சம்கொஞ்சமா வாழ்க்கை விடுபட்டு முன்னேறிட்டிருந்தது. உண்மைதான், கைநிறைய பணம் கிடைச்சது. ஆனால், அவர் இருக்கவேண்டிய சமயத்தில அவர் இருந்ததில்லை. எனக்கு இங்கே தனியா இருந்து இருந்து பைத்தியமே பிடிச்சிடறமாதிரி இருந்தது. மனம் முழுக்க அப்படி ஒரு இருள் சூழ்ந்திட்டிருந்த சமயத்தில நான் குரலுயர்த்தி பாட்டு பாடிட்டிருந்தேன் . . .

(சில நிமிஷங்களுக்குப் பிறகு)

ஒருநாள், நான் அப்படி பாடிட்டிருந்தபோது யாரோ வாசல் கதவைத் தட்டினாங்க. வாசலில் ஒரு இளைஞன் நின்னிட்டிருந்தான். எங்களுக்குப் பக்கத்து வீட்டுல இருக்கிறவனாம். வங்காளி. என்னமோ ஒரு வேலையில இருந்தான், ஞாபகத்துல இல்லை. கேட்டபோது என்னமோ ஸாஃப்ட் வேர் வேலைன்னு சொல்லிட்டிருந்தான். அவனும் தனி ஆள். எனக்கு அவனே துணையாக இருந்தான். அடிக்கடி, நம்ம வீட்டுக்கு வருவான். சிரிச்சி பேசுவான். பல விஷயங்களைச் சொல்லுவான். அரட்டை அடிப்பான். உன்னை தூக்கி வச்சிகிட்டு ஆட்டம் காட்டுவான்.

(சற்றே நிறுத்தி)

அவனுக்கும் நல்ல குரல்வளம் இருந்தது. நல்லா பாடுவான். நாங்க ரெண்டுபேரும் சேர்ந்து இந்திப்படப் பாட்டுங்களை பாடுவோம். அவன் எனக்கு ரவீந்திரருடைய பாட்டுகளைக் கற்றுக்கொடுத்தான். அவனோடு பேசிட்டிருப்பதிலயும் பாட்டு பாடிட்டிருப்பதிலயும் பொழுது போறதே தெரியாது...

(மௌனம்)

ஒருநாள் காலையில எழுந்து பார்த்தால், அவன் தன்னுடைய வீட்டை காலி பண்ணிட்டு கிளம்பி போயிட்டான். எனக்காக ஒரு சீட்டு எழுதி வச்சிருந்தான். 'திருமணமான பெண்ணோடு உறவை வளர்த்துக்கிறதில ஒரு இன்பமும் கிடையாது. அப்படிப்பட்ட ஒரு பள்ளத்தில விழவேண்டிய அவசியம் எனக்கில்லை'ன்னு எழுதியிருந்தான். *'I don't want to be trapped.'*

(சற்றே நிறுத்தி, தனக்குத்தானே) trapped.

(சட்டென சிரிக்கத் தொடங்குகிறாள். விழுந்துவிழுந்து சிரிக்கிறாள். அதற்குப் பிறகு, கண்களைத் துடைத்துக்கொள்கிறாள்.)

ராத்திரியில என்னால தூங்கமுடியாது. அதனால தூக்கமாத்திரைகளை வாங்கி சேர்த்து வச்சிருந்தேன். ஸ்லீப்பிங் பில்ஸ். அளவுக்கு அதிகமாவே இருந்தது. ஒருநாள் பாலில் ஒரு மாத்திரையைப் போட்டு கரைத்து உனக்கு குடிப்பாட்டிவிட்டு, மிச்சமிருந்த எல்லா மாத்திரைகளையும் நான் விழுங்கினேன். இனிமேல் கண்ணைத் திறக்கிற வேலையே இல்லைன்னு நெனச்சிகிட்டு கடவுள வணங்கியபிறகு உன்னை கட்டிபுடிச்சிகிட்டே தூங்கிட்டேன்.

(சற்றே நிறுத்தி)

எத்தனை மணிநேரம் அப்படி பிரக்ஞை தப்பி விழுந்துகிடந்தேனோ தெரியலை. நாம ரெண்டுபேரும் செத்துபோயிட்டா, உலகத்துக்கு எப்ப தெரியுமோ. ஆனால் திடீர்னு கண்ண திறந்து எழுந்து உட்கார்ந்துட்டேன். நானும் பொழைச்சிகிட்டேன். நீயும் பொழைச்சிகிட்டே. நம்ம ரெண்டு பேரையும் மரணம் ஏமாத்திட்டு போயிட்டுது...

(ஆழ்ந்த மௌனம்)

அன்னைக்கு... நான் என்னுடைய குரலை இழந்துட்டேன். அதுக்கப்புறம் என் சங்கீதம் நின்னே போயிட்டுது.

குணால்: *(சிரிக்க முயற்சி செய்தபடி)* ஆனால், இன்னும் கூட நீ முணுமுணுத்துட்டுதானே இருக்கே? குளியலறையில பாடறதால என்ன குறைஞ்சி போச்சி?

அஞ்சனா: எவ்வளவோ வருஷங்களுக்குப் பிறகு, ஒரு நாள் நான் கருணாஸ்ரமத்தில ஒரு கேன்சர் பேஷண்டோடு உட்கார்ந்திருந்தேன். இன்னும் ரெண்டுமணிநேரம்தான் உயிரோடு இருப்பாள்ங்கற நிலைமை. அந்த நேரத்துல 'ஒரு பாட்டு பாடறியா?'ன்னு கேட்டாள். உடனே நான் சட்டென்று 'மனிதனாய் பிறப்பெடுத்தபிறகு, வாய்பேச வரும்போது, கிருஷ்ணா என்று சொல்லக்கூடாதா?'ன்னு பாட ஆரம்பிச்சேன். பாட்டு பொங்கி வந்துட்டுது. பாட்டோடு கண்ணீரும் பொங்கி வந்துட்டுது. ரெண்டும் ஒன்னாவே பொங்கிப்பொங்கி வந்தது...

(மௌனம்)

குணால்: அப்புறம்?

(அஞ்சனாவின் முகத்தில் துயரச்சாயல் படிந்த புன்னகை படர்கிறது.)

குணால்: இந்த விஷயத்தை அப்பாவிடம் சொன்னாயா?

அஞ்சனா: ம்ஹூம். ஆனால் பாட்டியிடம் சொல்லலாமோ என்னமோ

(இருவரும் சிரிக்கிறார்கள். மீண்டும் மௌனம்.)

குணால்: *(மெதுவாக, மிகவும் சிரமத்துடன் சொற்களைத் தேடித்தேடிச் சேர்த்து)* நீ சொன்னேன்ங்கறதால கேக்கறேன்... அந்த பையன்மேல... உனக்கு ஏதாவது ... உனக்குன்னு மனசுல ... காதல் ... *(சட்டென)* Did you love him?

அஞ்சனா: *(உணர்ச்சியே இல்லாமல்)* காதல்? *(சற்றே நிறுத்தி, புருவங்களை ஏற்றி இறக்கி, ஞாபகப்படுத்தியபடி)* அதெல்லாம் எதுவும் மனசுல வரவே இல்லை...

குணால்: *(மெதுவாக)* அதாவது, எதுவுமே தோணலை அல்லவா!

அஞ்சனா: அப்படி ஏதாவது இருந்திருந்தால், நான் அப்படி ரிஆக்ட் பண்ணியிருப்பேனா?

குணால்: That's all right then. Nothing really happened. மம்மி, நான் என்ன செய்யப் போறேன், தெரியுமா? அந்தப் பாட்டுக்கு நான் ஒரு பின்னணி ராகத்தை அமைக்கிறேன். புதிய ராகம். அதற்குப் பிறகு, என் பேண்ட்காரர்களோடு சேர்ந்து, நீ

அந்தப் பாட்டைப் பாடு. *'The Kunaal Padabidre band presents the singing sensation, Mrs Anjana Padabidre . . .'*

அஞ்சனா: *(சிரித்தபடி)* தம்பி, நீ உனக்கு என்ன புடிக்குமோ, அதை செஞ்சுக்கோ. ஆனால் தயவுசெய்து, என்னை என் வழியில விட்டுடு. காதை அடைக்கிறமாதிரியான உன் பேண்ட் சத்தத்துல என் குரல் யாருக்காவது கேட்குமா?

(இருவரும் சிரிக்கிறார்கள். அஞ்சனா அழைக்கிறாள்.)

முத்து, எங்கே இருக்கிறா அந்தப் பொண்ணு? கூப்பிடு அவளை.

(உள்ளே செல்கிறாள். குணால் யோசனைவசப்பட்டவனாக அமர்ந்திருக்கிறான். அதற்குப் பிறகு, தன் மொபைல் போனை எடுத்துப் பேசத் தொடங்குகிறான்.)

குணால்: நந்திதா, மம்மி ஏதோ ஒரு பழைய கதையைச் சொல்லி என் வாழ்க்கையையே நடுங்க வச்சிட்டா. நான் ரெண்டுவயசுப் பையனா இருக்கும்போதே செத்திருக்கணும். சாகலை. செத்திருந்தால், இந்நேரத்துக்கு நான் இந்த உலகத்துலயே இருந்திருக்கமாட்டேன். ஆனால், இங்கே நான் இல்லைங்கறதால, இந்த உலகத்துல எந்த வித்தியாசமும் உருவாகலை. இந்த பெங்களூரு, இந்த வீடு, இந்தக் குடும்பம், மற்றவர்கள், நீ – எல்லோரும் இப்படியே இருந்திருப்பிங்க . . . நான் இல்லாமல், என்னுடைய இருப்பின் அவசியமே இல்லாமல்! எவ்வளவு பயங்கரமான விஷயம் அது! இந்திய இசையில் நவரசங்களில் பயானக ரசத்தை உருவாக்குவது அசாத்தியம்ன்னு சொல்றாங்க . . . நந்திதா,

உண்மையிலேயே அது முடியாத ஒன்னுதானாங்கறதுதான் என்னுடைய கேள்வி. நான் அந்த பயானக ரசத்தில் முழுகி எழுந்து வந்திருக்கேன். மற்றவர்களுக்கு அசாத்தியமான ஒரு விஷயம், இந்த கிடார் மூலமா எனக்கு ஏன் சாத்தியமாகக் கூடாது? புதிய ராகம், புதிய பாட்டு. பாட்டுக்குப் பெயர்? *(யோசித்து)* ஆமாம், 'பெங்களூரு பயங்கரம்'

(இதற்கிடையில் அவன் தன் கிடாரை உறையிலிருந்து வெளியே எடுக்கிறான். தன் புதிய பாடலை மீட்டத் தொடங்குகிறான்.)

(முடிந்தால், நாடகத்தின் தொடக்கத்திலும் முடிவிலும் குணாலின் Heavy metal band மேடையில் தோன்றி இசைக்க வேண்டும். குணால் கிடாரை இசைக்கிறான். அவன் குழுவைச் சேர்ந்த இளம்பெண்ணொருத்தி பாட்டைப் பாடுகிறாள். அத்துடன் கீ போர்ட், டிரம்ஸ்களின் இசையும் இணைந்தெழுகிறது.)

●